HỌC Ở Tây
VỚI PHÍ
RẤT TA

AF432638

# MỤC LỤC

# ĐÔI NÉT VỀ TÁC GIẢ

Từng mất hơn 4.000 đô với khát khao du học cháy bỏng, nhưng rốt cuộc phải làm bồi bàn, bán sức lao động tới 16 tiếng một ngày, bôn ba ở nơi đất khách quê người mà vẫn chưa xác định được phương hướng rõ ràng.

Hiện tại, chị đang là chuyên gia tuyển dụng quốc tế tại Skale Works, có trụ sở tại Úc, giúp nhiều phụ huynh tìm được đích đến cho con tại nước ngoài với tương lai vững chắc. Thậm chí, chị còn tham gia nhiều dự án tầm cỡ quốc tế, với sứ mệnh mang tài năng Việt ra thị trường lao động quốc tế, hiện thực hóa ước mơ du học cho một triệu học sinh Việt Nam.

"Xác định đích đến trước khi lên đường, bạn sẽ tự tin hơn **gấp đôi**. Đồng thời, với sự chuẩn bị tốt, bạn sẽ thấy mình tiến nhanh hơn **gấp bội**."

– Huyền LD

# LỜI TỰA

Đời bạn có thể sẽ khốn khổ nếu không sớm đọc cuốn sách này. Vì sao tôi dám khẳng định như vậy?

Tôi từng tham gia nhiều diễn đàn tư vấn hướng nghiệp nơi mà đa số nội dung là giới thiệu khóa học, thay vì nhìn sâu vào từng người học sinh để biết đam mê, thế mạnh và nhìn ra thị trường lao động để biết khả năng có công việc và phát triển trong tương lai. Tôi cũng từng đầu tư vào một công ty tư vấn du học mà trong ba năm đầu đã đưa 400 học sinh Việt Nam đi du học Mỹ, đa phần là con nhà giàu vượt sướng.

Vô số lần tôi từng gặp nhiều bạn trẻ có tài nhưng chọn sai nghề và mất nhiều năm trời để biết được mình thực sự phù hợp với nghề gì và tốn hàng tỷ đồng để quay lại điểm xuất phát, chưa kể chi phí cơ hội cho bản thân và gia đình.

Bản thân là người đầu tư và đưa nhóm Công ty L&A vào top 3 tại Việt Nam trong lĩnh vực tư vấn quản trị nhân lực và dịch vụ nhân sự trong gần 22 năm qua với 26 ngàn nhân viên, tiếp xúc trực tiếp với hàng trăm khách hàng và ứng viên mỗi năm. Tôi cũng là mẹ của hai thanh niên Gen Z với nhiều ngu ngơ trước các câu hỏi về định hướng nghề nghiệp và tương lai.

Tôi gặp tác giả Huyền LD 8 năm trước và sau 3 phút speed-dating, tôi và Huyền trở thành một Mentor-Mentee đồng điệu và gắn kết mà tôi tư vấn hơn 3 năm. Tôi thấy ở Huyền, con gái lớn trong một gia đình ba mẹ làm công nhân, một ý chí tiến thủ quật cường, nỗ lực không ngừng và tính táo bạo nổi bật giữa đám đông. Những câu chuyện trên con đường phát triển bản thân và nghề nghiệp của Huyền, đặc biệt là giai đoạn tự thân dò dẫm tìm con đường nâng cao học vấn và trải nghiệm thế giới bên ngoài Việt Nam với vô vàn thách thức, đã thúc đẩy tôi quyết tâm dấn thân vào con đường hỗ trợ cho thanh niên Việt Nam lựa chọn cho mình một định hướng nghề nghiệp phù hợp nhất.

Đồng cảm về mong muốn gieo những hạt mầm và lan tỏa thông tin, kiến thức, công cụ cho các thanh niên muốn xác định điểm ngọt nghề nghiệp cho bản thân; tìm giải pháp học hành với đầu tư phù hợp với hoàn cảnh gia đình, tôi và Huyền đã đồng hành trong suốt 12 tháng qua với những hoạt động hỗ trợ miễn phí về đánh giá hướng nghiệp, tư vấn hướng nghiệp...

Cuốn sách này là một mảnh ghép mới, và "cần nó lên kệ của nhà sách để lan tỏa mạnh mẽ tới tay người cần dùng hơn, thay vì chỉ loanh quanh những người gần các chị" như lời một tác giả sách best-seller mà tôi tư vấn. Với văn phong nhẹ nhàng, hài hước, chia sẻ thực chiến, cuốn sách này hy vọng sẽ mang đến cho độc giả, các bậc phụ huynh và các bạn trẻ những kiến thức hữu dụng, trải nghiệm đọc thú vị.

*Phạm Thị Mỹ Lệ*
*Chủ tịch HĐQT L&A Holdings*
*Melbourne, 27 April, 2024*

# LỜI MỞ ĐẦU

Bạn nghĩ một sinh viên năng động, từng làm quản trị viên tập sự ở tập đoàn đa quốc gia, sau đó qua nước ngoài thì sẽ có công việc tuyệt vời như thế nào?

Quản lý dự án quốc tế?

Nghiên cứu phát triển chiến lược kinh doanh?

Đáp án: Bồi bàn.

Vâng, đây là câu chuyện thật của tôi....

*****

"Bước nhanh cái chân lên! Hurry up!"

Đó là giọng hét sang sảng, pha giữa tiếng Hoa và tiếng Anh, đến từ ông chủ to béo của chúng tôi, người dường như còn thích hét hơn là hát trong chính quán karaoke của mình. Cái bụng bia của ông như cũng rung lên cùng tiếng thét, át hẳn tiếng mọi người trong một chiều thứ 6 đi "xõa" của dân văn phòng. Những tối thế này, khách rất đông, nên chúng tôi phải chạy hết công suất.

Tôi, lúc đó, đang là bồi bàn tại một quán karaoke kiểu gia đình tại Singapore (thường gọi là KTV), nơi mà tôi đã khám phá ra một tài năng mới của mình: đóng phim slow-motion, với những chuyển động không thể chậm hơn.

Những ngày đầu mới qua đây, tôi lóng ngóng lắm. Tay bưng khay không vững nên hay làm đổ thức uống của khách, còn chân thì chậm chạp, thua xa các đồng nghiệp khác. Tôi không hiểu họ được sinh ra tại trường đua hay sao, mà làm gì cũng nhanh khủng khiếp: đi nhanh, nói nhanh, làm nhanh và ăn cũng nhanh!

Bản thân tôi giờ nghĩ lại, cũng không thể nào tin được mọi chuyện lại diễn ra nhanh đến thế. Mới tuần trước, chính xác là ngày 12 tháng 8 năm 2012, đó là lần đầu tiên tôi được đi máy bay, và cũng là lần đầu tôi bước chân đến một đất nước phát triển như Singapore.

Trước đó, trong tôi là khát khao được nhìn thấy thế giới rộng lớn, nhưng vì gia đình không có điều kiện nên tôi đã tìm tới một agent[1]. Họ đã tư vấn cho tôi một con đường rất hấp dẫn, và hứa hẹn không kém gì đi du học...

Khi sang bên này, thực sự tôi mới nhận ra, những tòa nhà đầy hứa hẹn, to gấp mấy lần Việt Nam, những phương tiện di chuyển hiện đại, cảm giác như lạc vào thế kỷ khác. Mọi thứ đều hứa hẹn... trừ tương lai u tối của tôi.

Tôi nghĩ có lẽ mình đã phạm một sai lầm lớn...

---

1  Đơn vị môi giới, tư vấn

# Ngược dòng quá khứ

Năm 2009 là lúc tôi mới ra trường. Nhờ những nỗ lực trước đó, kèm với một chút may mắn, mà tôi đã trở thành quản trị viên tập sự cho một tập đoàn đa quốc gia, sở hữu chuỗi trung tâm bán sỉ METRO (hiện nay là MM Mega Market Vietnam) hoành tráng.

Khi đó, tôi thực tập ở phòng mua hàng. Mỗi sáng, trước khi đến bộ phận của mình, tôi đều đi ngang qua văn phòng của một ông Tây to như voi. Ông ta cũng sở hữu dáng ngồi thẳng như cột điện, luôn sừng sững ở đó từ trước lúc mọi người đến và ra về sau khi mọi người gần về hết.

*"Sao ông ấy có sức làm việc như trâu bò thế nhỉ?"*, tôi tự hỏi.

Thậm chí buổi trưa, tôi cũng chẳng thấy ổng nghỉ ngơi hay ăn uống gì cả. Ông ấy đã khiến tôi không khỏi tò mò: người Tây thật hay, bí mật đằng sau việc học hành và cuộc sống của họ khi sinh ra và lớn lên ở nước ngoài thế nào?

Sau đó, trong một dự án, tôi may mắn được làm việc với ông Tây ấy. Đó là Viktor, vốn là một kiểm soát viên tài chính lão luyện, có thể làm việc nhoay nhoáy với Excel, như thể con chuột máy tính của ổng là cây đũa thần kỳ. Việc mà tôi mất 12 tiếng đồng hồ để vật lộn với đống số má, thì ổng chỉ cần 10 phút. Mà ông điềm đạm lắm, giọng mũi ồm ồm đặc trưng như một cỗ xe tăng Đức, trầm tĩnh, hiệu quả, đi thẳng vào vấn đề, chỉ vẽ cho tôi rất cẩn thận.

"Mày sai rồi!"

Đó là lời ông nói với tôi mỗi lần tôi lóng ngóng với bảng Excel của mình.

Có lẽ Viktor ảnh hưởng đến tính cách trong công việc của tôi sau này. Nhiều lần tôi bị gọi là "đồ máu lạnh", vì hay nói thẳng, đôi khi như tát nước vào mặt người khác, nhưng được cái làm việc hiệu quả, nên không giận dai.

Bên cạnh đó, do hay lui tới phố Bùi Viện[2] sau giờ làm, tôi đã tiếp xúc với khá nhiều các bạn nước ngoài để luyện tiếng Anh. Tôi rất tò mò không hiểu tại sao ở bất cứ độ tuổi nào, họ luôn tự tin xách ba lô đi du lịch. Họ kể tôi nghe trải nghiệm thú vị và cho tôi thấy nền văn hóa lạ lẫm. Lối sống tự do phóng khoáng của họ làm tôi rất ngưỡng mộ, và dần hình thành một khát khao:

*Mình phải đi nước ngoài, đến những đất nước văn minh hơn, để học hỏi được nhiều kỹ năng tuyệt vời hơn cả Viktor, cũng như có một tinh thần phóng khoáng như những bạn Tây ba lô*

---

*ấy. Đặc biệt là, tôi ước mình được chu du khắp nơi và khám phá thế giới rộng lớn mình được sinh ra...*

Nhưng có vẻ như khao khát ấy vẫn chỉ như cái "động cơ" sắp hết xăng, chưa đủ để thúc đẩy tôi hành động. Cho tới khi tôi nhận ra công ty mình làm lúc ấy, có rất nhiều anh chị đều là dân du học về. Tôi thấy họ rất tự tin, bắn tiếng Anh như gió, từ họ toát ra "thần thái" lạ lắm, rất tươi mới và đầy sức sống.

*"Ước gì mình cũng được đi du học nhỉ?"* Tiếng nói khát khao trong tôi lại vang lên mãnh liệt.

Cái "động cơ" du học dường như mới được đổ thêm xăng, thì đã "chết máy" bởi lời mẹ tôi từng nói ngày nào như đã ghim vào trong não:

"Một cái bánh xèo ở Sài Gòn mua được 100 cái bánh xèo ở quê miền Trung của mình đó con."

Tôi nghĩ nếu mẹ mà biết tôi muốn ra nước ngoài chắc chắn bà sẽ thốt lên, "Trời ơi! Làm sao mà bán được mấy triệu cái bánh xèo hả con!!!"

Và sau đó, để ủng hộ ước mơ của tôi, chúng tôi có thể sẽ bắt đầu dự án "cuốn bánh xèo" cả đời, thì mới đủ chi trả phí sinh hoạt bên đó.

Tôi sinh ra trong một gia đình không có điều kiện. Mẹ tôi làm công nhân môi trường, bố là tài xế lái xe. Nên để nuôi tôi ăn học tới đại học ở Sài Gòn thôi đã là một kỳ tích, chứ đừng nói gì tới việc du học hay ra nước ngoài.

Vả lại, tôi biết sức học của mình cũng ở mức bình thường, chỉ được cái chịu khó, có tinh thần cố gắng và hay lạc quan thôi. Việc kiếm học bổng rồi đi học lên các cấp cao hơn sau khi đi làm là việc tôi chưa bao giờ dám nghĩ đến.

Do không thể nào phụ lòng bố mẹ, nên tôi đã nỗ lực hết sức để học hành chăm chỉ, và có được vị trí công việc ấy. Điều quan trọng nhất với tôi lúc này có lẽ là duy trì công việc ổn định hiện tại, thay vì ước mơ viển vông xa xôi...

*****

Sau đó một năm...

Hôm ấy, tôi đã nhận được cuộc gọi đến với đầu số rất lạ, +65.

"Alo, Huyền hả? Tao Chân nè!"

Sau vài giây ngỡ ngàng, cuối cùng tôi đã nhớ ra Chân, cô bạn tóc tém trong nhóm 10 đứa quản trị viên tập sự METRO lúc trước. Chân học Bách Khoa ra, trông rất ngầu với đôi guốc cao một tấc, đã nâng chiều cao bạn ấy lên 1.55m.

Còn nhớ tại đại siêu thị METRO thời ấy, dù 4 giờ sáng hôm sau phải thức dậy để thực tập tại quầy cá, quầy rau, nhưng chúng tôi nhiều đêm vẫn thao thức trong chiếc chăn mỏng, chia sẻ về ước mơ chinh phục thế giới.

Hôm đó, Chân đã gọi điện tâm sự và kể với tôi về tình hình sống và làm việc tại cửa hàng pizza ở Singapore, tôi nghe mà tai căng lên, mắt sáng rực, con tim thổn thức, như muốn hét lên: mình sắp giàu to rồi!

Lý do là, bạn ấy chia sẻ lương bên đó gấp 3 tới 4 lần bên này. Hơn nữa, phong cách nói năng của bạn cũng rất tự tin, chắc là do được tiếp xúc nhiều với người nước ngoài đây mà...

Những cuộc gọi điện tâm sự của Chân càng nhiều thì ước mơ đi nước ngoài của tôi càng lớn dần, như thể cái "động cơ" du học lúc trước đã sống lại, và được lắp thêm một vài chiếc bánh răng khổng lồ.

Tất nhiên, Chân cũng báo trước với tôi là mọi thứ không phải màu hồng.

"Mình qua là làm công việc dịch vụ đó," Chân nói. "Chứ không phải như ngày xưa, làm quản lý đâu nha!"

*"Có hề gì?"*, tôi nghĩ thầm trong bụng. Chúng tôi đã từng thực tập ở quầy cá, quầy rau, từng làm việc trong kho lạnh ở nhiệt độ âm 5, âm 10 độ C thì còn chi đáng ngại nữa chứ?

Cứ thế, viễn cảnh sung sướng ở nước ngoài làm tôi quên đi mọi khó khăn mà bạn ấy nhắc đến. Tôi cảm giác, chiếc "động cơ" khổng lồ trong mình bắt đầu chạy hết công suất, biến tôi thành một đầu tàu bất khả chiến bại!

Người ta nói, khi bạn có mục tiêu với khát khao đủ lớn, thì mọi nguồn lực của vũ trụ sẽ bắt đầu dồn về ủng hộ bạn.

Sau đó ít lâu, tôi tìm được một agent, họ đã nói với tôi một thông tin đầy hứa hẹn: bên Singapore đang rất thiếu lao động, nên với bằng cấp của mình, tôi sẽ nhận được công việc chuẩn S-Pass[3], với mức lương 2000 đô/tháng. Vị trí là Supervisor[4], quản lý tại các chuỗi cửa hàng ăn uống, cà phê.

---

3 Spass là thị thực cấp cho lao động có tay nghề bậc trung và mức lương tối thiểu cho người lao động nước ngoài làm việc trong lĩnh vực này là từ 2.500SGD/tháng trở lên (thời điểm này).

4 Người giám sát: một vị trí quản lý cấp thấp.

Và thế là, đầu tàu ước mơ của tôi phi thẳng về phía trước. Họ nói gì, tôi làm nấy, không chút ngại ngần, từ đơn nghỉ việc chỗ làm hiện tại, cho tới mọi thủ tục cần thiết, để chuẩn bị cho hành trình mới.

Chưa bao giờ tôi làm mọi thứ nhanh chóng, quyết liệt tới thế. Tôi còn nhớ trước khi nghỉ việc, tôi đã cày hết sức để hoàn tất một hợp đồng lớn 52 ngàn đô mà bình thường phải mất vài tháng, quyết tâm được thực hiện trong vòng 1 tháng.

1 tháng sau...

*"Ôi tuyệt vời quá!"*, con tim tôi thốt lên.

Với ánh mắt háo hức, tôi phóng tầm nhìn qua cửa sổ máy bay như muốn chụp lại bằng trái tim khung cảnh xinh đẹp ấy. Một thành phố trông thật gọn gàng, ngăn nắp. Mới nhìn thoáng qua từ trên cao, mà tôi đã cảm nhận được sự phát triển văn minh vượt bậc.

Bạn biết không, đó cũng là lần đầu tiên tôi được đi máy bay, mà lại là ra nước ngoài cơ đấy.

*"Thật không thể tin nổi, Huyền ơi!"*, con tim tôi tiếp tục gào lên trong niềm hân hoan. *"Sắp chạm được vào ước mơ rồi!"*

Sau đó, chuyện gì xảy ra thì bạn cũng đã biết. Đúng là thật không thể tin nổi...

*****

"I kick you home!"

Đó là câu quát tôi nhớ mãi từ Lão Đại, ông chủ to béo người Hoa, giọng tiếng Anh ngữ pháp sai tùm lum[5] mà vẫn đe nẹt, với ánh mắt khinh khỉnh nhìn tôi.

*Sút tôi về Việt Nam?* Tôi ước ông ta thực sự làm được như vậy, thì tôi đã không phải tốn vé máy bay khứ hồi.

Như nhìn thấu ánh mắt biết cãi của tôi, ông ta quát tiếp. "Ở đây là không có cãi, chỉ có làm theo. Hiểu chưa?"

Tôi đã sốc vì mấy ngày đầu qua đây, tôi bị bắt làm bồi bàn, chạy việc, chứ không phải là làm quản lý như lời agent hứa hẹn. Vì thế nên tôi cự cãi, hỏi agent, và hệ quả là suốt hai tuần nay, tôi không được đi làm.

Lúc đầu nghe Chân chia sẻ kinh nghiệm là mình sẽ được bao ăn tại chỗ, chỉ tốn tiền trọ, nên tôi chỉ mang theo số tiền đủ dùng. Mà thực ra tôi cũng chẳng có nhiều. Còn nhớ trước khi lên đường, bố đã lấy từ chiếc ví da sờn cũ của mình tờ 100 đô và đưa cho tôi. Giờ đây, nhìn trong ví, chỉ còn mỗi tờ 100 đô ấy, mà khóe mắt tôi cay cay, hai hàng nước mắt cứ thế tuôn trào.

---

5    "I'll kick you home"

Bạn biết không, đó là tài sản, là công sức mà bố tích cóp được qua bao năm trời vất vả lái xe. Tôi coi đó là tờ tiền may mắn, và tự dặn lòng mình sẽ không bao giờ phải tiêu đến nó...

Tôi nhớ ánh mắt đầy tự hào của bố khi tôi nói dối rằng mình được công ty cử đi làm nước ngoài. Tôi cũng nhớ sự lo lắng không giấu nổi trên gương mặt của mẹ, nên tôi đã chẳng dám nói sự thật là mình theo lời agent, bỏ việc ở đây để đi làm quản lý ở một cửa hàng thức ăn nhanh bên Singapore.

Ba mẹ đã luôn dồn những điều tốt đẹp nhất cho tôi, thế mà tôi đã đáp trả lại cho họ những điều này sao? Một quản trị viên tại tập đoàn đa quốc gia, đã được "thăng chức" lên thành bồi bàn tại một tiệm karaoke gia đình?

Tôi cảm giác mình như đang ở trong một bộ phim hài, mà nhân vật chính thường gặp những tình huống muốn khóc để giúp khán giả cười.

Mới 1 tháng trước thôi, tôi là cấp quản lý hơn 20 nhân sự ở Việt Nam, cho một tập đoàn đa quốc gia trong danh sách Forbes 500. Giờ thì, tôi là một bồi bàn chậm chạp, hay đánh đổ nước. Và tôi dám cá là, mình sẽ bị đuổi việc trước khi kịp làm vỡ hết đống ly cốc, bát đĩa, của ông chủ tiệm này cho bõ ghét.

Không đi làm, nghĩa là không có tiền.

Không đi làm, nghĩa là cuốn gói về nước, vì công ty của Lão Đại sẽ rút hồ sơ bảo lãnh cho một lao động nước ngoài như tôi.

Nhìn lại tờ 100 đô của bố trong ví, tôi cũng nhớ tới ông chủ phòng trọ. Ông ta đã già, tầm U60, nhưng có vẻ minh mẫn lắm, khi vẫn nhớ nhắc tôi về việc chưa trả tiền nhà sáng nay. Lòng tôi đau nhói, như thể có thêm một con dao nữa cắm vào tim mình.

"Cô xinh đẹp thế này thì đừng lo," ông chủ phòng trọ nói, "Tôi có anh bạn bằng tuổi giàu lắm, đang cần người bầu bạn đấy..."

Nhìn ánh mắt không thể "nguy hiểm" hơn của ông ấy, tôi không dám nghĩ tới chuyện gì sẽ xảy ra nếu mình làm quen với người bạn của ông ta. Thế nên tôi đã gằn giọng cảm ơn và hứa tối nay về sẽ trả tiền nhà đàng hoàng.

Lúc này, tôi đang đứng giữa ngã ba đường với hai lựa chọn:

Lựa chọn thứ nhất, tôi có thể chấp nhận mất tiền oan uổng cho bên agent, và lên máy bay về nước. Nhưng sự tự hào và niềm tin mà bố mẹ đã dành cho tôi thì sao? Chưa kể làm vậy, là tôi đã buông xuôi chính ước mơ của mình...

Lựa chọn thứ hai, tôi sẽ quyết tâm ở lại và chịu đựng. Cứ coi như mình đang đi du lịch dài hơi với hợp đồng làm việc 2 năm, mà lại còn được trả lương. Cố gắng lên!  Mình không phải qua đây để đi làm bồi bàn, mình sẽ cố gắng gấp đôi, gấp ba, thậm chí gấp năm!

*"Rồi có ngày, Lão Đại,"* con tim tôi như thét lên lời thề. *"Ông sẽ phải nhìn tôi khác đi"!*

**À, thực ra còn lựa chọn thứ ba nữa. Đó là tôi trì hoãn không ra quyết định. Tôi có thể không làm gì cả, và cứ mắc kẹt ở đó, sống lay lắt từ ngày này qua ngày khác...**

Thế rồi, tôi đã quyết tâm lựa chọn ở lại. Tôi cắn răng, nuốt nước mắt, xin lỗi ông chủ, và hứa sẽ nghe lời, xin ổng cho đi làm lại.

Chỗ tôi làm, có đám bạn đồng nghiệp, tụi nó làm việc chăm chỉ lắm, có đứa đã làm tới 7, thậm chí 10 năm rồi, và tôi đã chứng kiến một cảnh khiến tôi phải dụi mắt nhiều lần vì không tin đó là sự thật.

Mỗi lần dọn dẹp sau khi khách hát xong, tôi thấy tụi nó tiết kiệm tiền tới mức giữ lại đồ ăn thừa của khách rồi sau đó... ăn luôn. Ban đầu tôi thấy kỳ quá, nên chỉ đứng nhìn thôi. Nói thật là suốt hai mấy năm sống, dù nhà không có điều kiện, nhưng tôi cũng có phẩm giá của mình chứ, tôi chưa từng nếm thức ăn thừa!

Tôi đã cố gắng giữ gìn phẩm giá của mình, ngay cả khi sắp hết tiền, mỗi ngày chỉ ăn một bữa có hai đồng (đô Sing) gồm một cơm và một rau, xin thêm thật nhiều nước sốt, mà phải chạy bàn ít nhất 12 tiếng, có khi tới 16 tiếng.

Thế nhưng tới một lúc, tôi nghĩ cứ thế này thì mình sẽ chết đói trước khi hết hợp đồng lao động. Tôi muốn chuyến bay tiếp theo của mình sẽ phải tới một đất nước nào đó tuyệt vời, chứ không phải là chuyến bay chở một con ma đói về nước. Thế nên một hôm, tôi đã quyết định làm liều, và...

"Heidi! Mày ăn vụng!"

Tôi thật không biết giấu mặt vào đâu,  khi lão quản lý (đáng ra phải là vị trí tôi làm) bắt gặp mình đang lấy đồ ăn thừa của khách, và thét lên như thể tôi là một con mèo hoang, là thủ phạm của tất cả các vụ ăn vụng từ trước tới nay (oan uổng quá).

Sau sự việc ấy, tôi nhận ra chính công việc không hợp với giá trị của mình, đã đẩy mình đi quá xa. Tôi thề mình sẽ thoát khỏi tình trạng này và không bao giờ để bụng mình bị đói tới mức phải ăn vụng nhục nhã như vậy nữa...

Tôi chợt nhớ tới người mẹ già của mình. Đối với mẹ, tôi là cành vàng lá ngọc, nên chưa bao giờ phải đụng tay đụng chân vất vả, chỉ lo học, mà sang đây thì...

Tôi nhận thức một cách sâu sắc rằng con đường xuất khẩu lao động thật gian truân. Nếu chỉ làm công việc tay chân, bán sức, bán thời gian như đám bạn đồng nghiệp, thì chỉ có thụt lùi, dậm chân tại chỗ thôi, chứ khó mà ngóc đầu lên được.

Tôi tự hỏi, chẳng lẽ những người nhà không có điều kiện như tôi mà ra nước ngoài, thì chỉ có duy nhất một con đường khổ sở này sao, sao giống như đám đồ ăn thừa, bỏ lại của khách...

# Hơn 10 năm sau...

Tôi vẫn còn nhớ mãi ngày 10 tháng 9 năm 2022, tôi đang trên chuyến bay chuẩn bị tới Frankfurt, Đức. Nhưng lần này không phải đi xuất khẩu lao động, mà là đi châu Âu để góp phần tổ chức sự kiện Invest Danang, một hội thảo xúc tiến đầu tư đầu tiên của một thành phố Việt Nam tại bang Bremen, Đức. Và tôi đã có những trải nghiệm thật đáng nhớ.

Khi nhìn thấy tôi trong tà áo dài quê hương trên quảng trường thành phố Bremen, một anh Việt kiều sống lâu năm ở đó nói với tôi mà mắt rưng rưng, "Sau 9 năm rồi, anh mới lại thấy lá cờ Việt Nam tung bay trên nóc tòa thị chính đó em..."

Sau đó, qua lời của giám đốc nghệ thuật quản lý tòa thị chính ấy, tôi mới biết rằng tòa nhà này đã có lịch sử hơn 600 năm tuổi rồi. Đây là biểu trưng cho một trong những thành phố quan trọng bậc nhất của lịch sử phát triển thương mại châu Âu từ những năm 1406, và được Unesco công nhận là di sản văn hóa thế giới.

Mắt tôi ngân ngấn nước, khi bước đi trên những con đường cổ kính và thấy cờ Việt tung bay dưới ánh nắng tươi xanh mê hồn, trong tiết trời se lạnh 16 độ C.

Trong sự kiện, tôi lại được gặp Mentor[6] của mình trên chính quê hương Bremen của bác. Holger, sáng lập hiệp hội doanh nhân Đức tại Hồng Kông và Việt Nam. Trong 7 ngày ở đây thì có đến 3 ngày tôi chạy bộ cùng Holger.

"Tiền ở đây sinh ra từ nước," Holger nói đầy tự hào, một thứ tiếng Anh pha tiếng Đức lôi cuốn, mạnh mẽ.

Trên những con đường cổ xinh đẹp, vốn dĩ 1.200 năm trước đây là những dòng kênh rạch tấp nập mà các thương nhân, tàu bè cập bến để buôn bán. Chúng tôi vừa đi vừa trò chuyện, nhìn ngắm, tìm hiểu về văn hóa, lịch sử, bề dày truyền

---

6    Mentor là người giỏi, có kinh nghiệm, sẵn lòng chia sẻ bí quyết và kinh nghiệm của mình để giúp đỡ người học (Mentee) phát triển nghề nghiệp và kỹ năng cá nhân. Mối quan hệ này thường là một hành trình hai chiều, nơi sự hướng dẫn và tư vấn chảy như một nguồn cảm hứng và định hình sự thành công.

thống và sự trù phú của nền kinh tế địa phương. Tôi học thêm được những góc nhìn nền tảng cho việc phát triển một cá nhân hay cả một vùng đất.

Quả thực, dù đã đọc nhiều trước đó, nhưng chỉ khi được thực sự trải nghiệm, tiếp xúc, tôi mới mở rộng tầm mắt, và thêm hành trang cho những kế hoạch lớn hơn trong tương lai của mình.

Sau sự kiện thành công tốt đẹp đó, tôi có thêm ba tuần rong ruổi thăm thú vài thành phố châu Âu mà mình từng mơ đến.

Nói thật, tôi vẫn không thể tin nổi mình đã có thể vượt qua những khoảnh khắc khó khăn đến thế, để đến được thời điểm này. 10 năm trước, chuyến đi Singapore của tôi quả là một cuộc phiêu lưu đầy bão táp và bất hạnh. Giờ thì đi nước ngoài cho tôi cơ hội khám phá những đất nước mới, nơi tôi được chìm đắm trong cảnh đẹp tuyệt vời và gặp gỡ những con người tài năng, thú vị.

Trước đây, nếu ra nước ngoài với tôi là những tháng ngày chen chúc trong căn phòng trọ mười mấy người, thì bây giờ tôi đã được sống thoải mái với ước mơ ra nước ngoài của mình. Nơi tôi ở là một căn phòng ấm cúng, cách vài bước đi bộ tới Thánh đường nhà thờ chính Cathedral of Santa Maria del Fiore (DUOMO), tại thành phố xinh đẹp Florence, Ý, rực nắng trong tiết trời se lạnh 15 độ C.

Đó là một thành phố mà tôi đã mê mẩn về nền văn hóa Phục Hưng và mong một ngày mình sẽ đến để chạm tay lên những bức vẽ của danh họa Leonardo da Vinci hay những kiệt tác nghệ thuật điêu khắc từ Michelangleo (tất nhiên, họ chỉ cho tôi chiêm ngưỡng thôi, còn chạm tay vào thì chắc được sút ngay về nước).

Nếu như trước đây tôi đầu tắt mặt tối lo làm suốt 4 tháng trời, mỗi ngày từ 12 đến 16 tiếng, không có lấy một ngày nghỉ để về quê, thì giờ đây tôi thong thả tìm hiểu và khám phá nền văn hóa mình yêu thích.

Tôi được tìm hiểu về gia đình Medici, nổi tiếng ở Florence thế kỷ 15, họ không chỉ là những thương gia giàu có trong lĩnh vực ngân hàng, mà còn là bảo trợ nghệ thuật và văn hóa. Tầm ảnh hưởng của họ đã tạo ra sự phồn thịnh và văn minh của nghệ thuật Renaissance tại thành phố này. Và câu chuyện đó làm tôi rất phấn khích. Tôi hiểu thêm về lịch sử của thế giới tài chính, tìm hiểu về cách đồng tiền, hàng hóa và con người vận hành...

Đặc biệt, nếu trước đây tôi phải trốn trong nhà vệ sinh hay tranh thủ trên tàu điện đi làm, để đọc những trang sách của Lý Quang Diệu[7] thì bây giờ tôi đang vừa đi du lịch, vừa hoàn tất cuốn ebook đầu tay Đặt Hẹn CEO Tây, Dù Tiếng Anh Rất Ta.

Bên cạnh đó, tôi cũng đã cùng Mentor của mình, chị Lệ, chủ tịch tập đoàn nhân sự hàng đầu Việt Nam Le&Associates, từng bước thực hiện sứ mệnh giúp hàng triệu bạn trẻ Việt du học và phát triển sự nghiệp tại nước ngoài, qua chương trình "Đuốc sáng Đông Du".

Tôi cũng đã tham gia nhiều dự án quốc tế với sự hỗ trợ của chính phủ Úc, về chương trình đào tạo nghề cho hàng ngàn học sinh Việt Nam, đảm bảo cho họ một sự nghiệp tương lai vững chắc.

---

7    Lý Quang Diệu, là Thủ tướng đầu tiên của nước Cộng hòa Singapore, ông đảm nhiệm chức vụ này từ năm 1959 đến năm 1990. Ông được coi là Lãnh tụ của đất nước Singapore.

Ảnh: Tôi tham gia tại sự kiện: **"1M Dreams – Đồng hành Ước Mơ 1 Triệu Học Sinh Việt du học và làm việc tại Úc"** tại Brisbane, thủ phủ bang Queensland, Úc, tháng 12/2023.

**Bạn có tò mò chuyện gì xảy ra hay điều gì đã thay đổi tôi không?**

**Đó chính là lý do tôi viết cuốn sách này....**

Trong cuốn sách, bạn sẽ được bật mí một con đường mới mà tôi ước rằng mình được biết từ ngày xưa thì mọi sự đã thuận lợi hơn rất nhiều. Tôi đã có thể tiết kiệm tới hàng ngàn đô, chưa kể là biết bao năm tháng mệt mỏi vì những quyết định sai lầm của mình.

"Mình sẽ học gì, hay sau này làm gì?"

Đó là những câu hỏi quan trọng, và câu trả lời sẽ mang tính bản lề trong cuộc đời của một người trẻ. Thế nhưng, nhiều khi chỉ vì thiếu thông tin, mà nhiều người đã ra những quyết định vội vã mà không hề để ý tới những hệ quả sau đó.

Đặc biệt, tôi ước rằng ngày càng có nhiều phụ huynh ở Việt Nam mình biết đến con đường này để có thể biến ước mơ cho con ra nước ngoài thành hiện thực: Học ở Tây với phí rất Ta!

# Cuốn sách dành cho ai?

Tôi viết quyển sách này ban đầu là dành cho các phụ huynh có mong muốn tìm hiểu cho con mình một sự nghiệp tương lai bền vững ở nước ngoài, song nó cũng phù hợp với các bạn trẻ đang muốn tìm hiểu về việc tu nghiệp ở nước ngoài như tôi ngày xưa.

Biết được các thông tin ấy, cũng như có chiến thuật phù hợp, chắc chắn bằng chúng ta sẽ tự tin hơn gấp nhiều lần trên con đường đến đích.

# Sách sẽ giúp bạn thế nào?

**Phần #1** sẽ giúp bạn nhận ra du học ở nước ngoài không tốn kém như bạn nghĩ, với một con đường mới kèm những bảng tính cụ thể, bạn sẽ phải ngạc nhiên đấy.

**Phần #2** sẽ giúp bạn thấy rõ con đường mới này tiềm năng như thế nào, có thể mang lại thu nhập tốt gấp 5 đến 8 lần so với ở Việt Nam, nhưng lại ít người biết.

**Phần #3** sẽ giúp bạn có định hướng rõ ràng, rút ngắn một nửa thời gian tìm ra đích đến công việc phù hợp, cũng như nắm rõ từng bước cần phải làm để biến ước mơ thành hiện thực.

# Lưu ý khi đọc sách

**Hãy hình dung mỗi chương sách, giống như một cuộc trò chuyện giữa chúng ta**, ở một quán cà phê xinh đẹp trên con đường Oxley Road, Singapore, nơi mà những trang sách của Lý Quang Diệu, đã tiếp thêm động lực, giúp tôi vượt qua được nhiều thách thức trong thời gian đầu đặt chân tới đất nước này.

**Vì thế, sau chương này, bạn nên đọc từ đầu tới cuối để hiểu được hết những gì tôi đã trải qua và khám phá ra, để nắm được những nguyên tắc quan trọng trước khi hành động.**

Ngoài ra, để giúp bạn hình dung rõ ràng hơn về con đường mới này, trong sách có sử dụng các câu chuyện thực tế mà tôi đã giúp những học sinh đầu tiên sang Úc. Thực tế, các nguyên tắc trong sách đều có thể áp dụng được với nhiều nước khác.

**Các nhân vật trong sách đều có thật, song vì lý do riêng tư nên có thể đã được đổi tên.**

# NIỀM TIN CŨ

## "Muốn du học là phải...

## bán nhà!"

"Trâm muốn đi du học lắm, mà nhà không có điều kiện..."

Ngồi trước mặt tôi là cô bé tuổi teen với giọng nói trầm, chín chắn ở cái tuổi 18. Giọng đặc sản Quy Nhơn với những âm địa phương hơi bè ở những vần a, nghe chân chất đến lạ. Cô bé đã bẽn lẽn nói với tôi với một giọng đượm buồn như vậy đấy.

## Câu chuyện của Trâm

Trâm là một học sinh giỏi trường chuyên Quốc Học Quy Nhơn, và thật bất ngờ ở một thành phố tỉnh như vậy, mà khả năng tiếng Anh của Trâm lại rất tốt. Cô có thể tự tin trao đổi trực tuyến với người hỗ trợ làm visa ở nước ngoài, dù nhiều lúc họ cũng "bắn" khá nhiều thuật ngữ chuyên ngành rất khó hiểu.

Trâm hào hứng kể rằng bạn của mình đã qua Sydney, Úc, học được hai tháng rồi. Nghe giọng cô bé, tôi cảm nhận rõ ràng sự khát khao du học trong ấy, nhưng tới một lúc mặt cô xụi lơ và nói, "Gia đình bạn ấy có điều kiện lắm ạ, còn mẹ em nói nhà mình không có điều kiện thì bon chen cái gì..."

Nghe vậy tôi rất thương Trâm, và tôi cảm thấy cô ấy vẫn còn may mắn, vì có một người dì tốt bụng. Đó là Liên, hiện đang làm cho một công ty của Đức tại Sài Gòn. Cũng chính nhờ Liên, mà tôi đã biết đến Trâm.

Liên kể với tôi rằng:

"Con bé luôn lo cho đứa em cách nó 9 tuổi, cũng một tay quán xuyến nhiều chuyện nữa. Ngoài giờ làm còn phụ bán quán cà phê nhỏ của gia đình, thay cho mẹ đi làm, nó rất tiết kiệm, biết giữ tiền và làm bánh rất khéo. Em luôn đặt niềm tin vào con bé vì biết nó là người có chí tiến thủ và hoàn toàn có thể phát triển được."

Dì cũng là người ảnh hưởng tới Trâm rất nhiều. Đặc biệt trong việc định hướng nghề nghiệp và gieo vào đầu cô bé ước mơ được học tập, làm việc và định cư ở một đất nước phát triển. Thế nhưng, mẹ của Trâm có vẻ rất "thực tế" với nhiều lý lẽ cản trở.

Một lần, mẹ cô đã hét ầm lên với dì Liên:

"Lương giáo viên tháng có 7 triệu bạc, nhà còn nợ tiền ngân hàng vài trăm thì làm sao mà có tiền tỷ cho con đi du học được?"

Khi tìm hiểu sự tình, tôi cũng thông cảm được cho mẹ của Trâm. Bởi vì mẹ cô chỉ là một giáo viên cấp 2. Hơn nữa, ba của Trâm công việc không ổn định, nên mẹ đã phải gồng gánh trách nhiệm kinh tế của cả nhà. Ngoài lương giáo viên của mẹ, nguồn thu nhập thêm duy nhất của cả nhà chỉ là một quán cà phê nho nhỏ.

Càng nghe cô bé nói mà tôi càng thấy thương. Rõ ràng là cùng một lực học, cùng một ước mơ, nhưng nếu bạn có xuất phát điểm từ một gia đình không có điều kiện, thì sẽ thiệt thòi hơn rất nhiều so với những gia đình có điều kiện.

Những gia đình không có điều kiện nghĩ vậy đã đành, vậy những nhà có điều kiện sẽ nghĩ sao?

# Nhà không có gì ngoài điều kiện, nhưng...

Do dì Liên cũng quyết liệt, nên mẹ Trâm dần cũng xuôi theo. Tuy nhiên trong bà có lẽ còn nhiều lo lắng, nên đã sang thủ thỉ với mẹ của bé Ngân, bạn thân của Trâm, mà gia đình sở hữu một khách sạn ở thành phố biển Quy Nhơn.

Vì thế, mà tôi có cơ duyên quen biết anh Linh, bố của Ngân. Vì gia đình làm kinh doanh với 97% là người nước ngoài, và bản thân anh Linh cũng có cơ hội đi rất nhiều nơi trên thế giới, nên anh cũng không ngại đầu tư cho con được trải nghiệm. Và với giọng Hà Nội đầy tự tin của một doanh nhân lâu năm, bạn biết anh đã nói gì với tôi không?

"Du học tốn cả một căn nhà 4 – 5 tỷ. Một khoản đầu tư rủi ro mạo hiểm."

Qua trao đổi, tôi biết trước đó, anh Linh đã tìm hiểu rất nhiều chương trình du học ở Mỹ và Canada.

Thậm chí, từ năm lớp 10, anh đã chuẩn bị hồ sơ du học cho con sắp xong, nhưng cứ lưỡng lự hoài. Cho mãi tới khi Ngân cầm trên tay giấy báo nhập học một trường đại học. Hai bố con đã vào Sài Gòn đóng học phí kỳ đầu hơn ba chục triệu và 6 tháng tiền nhà, tính ra cũng gần hết cả trăm triệu rồi quay về lại Quy Nhơn để chờ ngày nhập học.

Anh chia sẻ với tôi kế hoạch của mình:

"Anh còn lấn cấn lắm, có lẽ là anh sẽ để cho Ngân học 2 năm ở Việt Nam, rồi sẽ gửi cháu qua Thái Lan học chương trình đại học bên đó."

Anh ấy còn kể rằng để cho con được trải nghiệm môi trường đa văn hóa, từ ngay sau khi tốt nghiệp anh còn khuyến khích con xách ba lô và đi du lịch ở Thái Lan một chuyến.

Vì sao cả mẹ bạn Trâm, và anh Linh, một bên gia đình bình thường, và một bên gia đình rất có điều kiện, nhưng lại có cùng một suy nghĩ về việc học ở nước ngoài là rất tốn kém?

Ngày xưa, tôi cũng đã rơi vào tình huống tương tự. Nghĩ rằng du học quá tốn kém, nên tôi đã đặt niềm tin vào một agent xuất khẩu lao động. Hậu quả của quyết định đó thế nào, bạn đã biết rồi đấy.

Nghe câu chuyện của hai gia đình Trâm và anh Linh, tôi phát hiện ra điểm chung của mình và họ, đó chính là sự thiếu sót về mặt thông tin.

# Vì thiếu thông tin

Sau một khoảng thời gian dài làm việc với các đơn vị tuyển dụng và nghiên cứu thị trường lao động quốc tế, đặc biệt tại Úc qua công ty Skale Works có trụ sở tại bang Queensland, tôi nhận thấy:

**Cơn khát nhân lực đang gia tăng.
Đặc biệt đối với lao động có tay nghề.
Và đây là cơ hội cho người Việt chúng ta.**

Với dân số đang già đi mau chóng, nhưng tốc độ tăng trưởng kinh tế vẫn giữ ở mức 3% đến 5% một năm tại các nước phát triển như ở Úc, thực sự họ rất khát nhân lực có tay nghề. Bên cạnh đó, việc tuyển lao động có sẵn từ các nước thì do rào cản ngôn ngữ, và sự khác biệt của kiến thức chuyên môn, nên họ phải mất công đào tạo lại. Tất nhiên, lao động tay nghề cao sẽ luôn có cơ hội và được chào đón tại Úc khi biết cách. (Nếu có cơ hội trao đổi trực tiếp, tôi sẽ chia sẻ chi tiết hơn cho bạn.)

Vì vậy, các chương trình đào tạo nghề ra đời, với thời gian học ngắn chỉ từ 2 đến 2 năm rưỡi là người học có thể nhanh chóng tự tin đi làm. Chúng khác với chương trình học đại học trong nước, mất từ 3 đến 4 năm, thiên về nghiên cứu, lý thuyết và sau đó khi ra trường cũng phải mất vài năm nữa mới có thể quen được với môi trường làm việc thực tế.

Ưu điểm của các chương trình này là bạn trẻ sẽ không phải loay hoay cực khổ, bán sức lao động giống như tôi trước đây, mà hoàn toàn có một môi trường học tập quốc tế, vừa học vừa làm. Hơn nữa chi phí cũng dễ chịu hơn rất nhiều so với việc du học thông thường, mà một lát nữa với bảng tính cụ thể, bạn sẽ phải bất ngờ đấy.

Ấy thế mà, khi nói chuyện với rất nhiều phụ huynh, tôi nhận thấy mọi người đều nghĩ du học là mắc tiền lắm, phải bán cả căn nhà, hoặc một tài sản lớn 4 – 5 tỷ thì mới đủ cho con ra nước ngoài.

Thế là rất nhiều phụ huynh và cả các em học sinh đành ngậm ngùi nhìn ước mơ du học trôi qua kẽ tay và chấp nhận "học đại" đại học trong nước với suy nghĩ: "Cứ học xong 4 năm rồi kiếm đường đi học ở nước ngoài."

Nhưng bạn có biết hệ quả là gì không?

# Những hệ quả của quyết định vội vã

## 1) Mất tiền

Nhiều người nghĩ chi phí cho con đi học và lấy tầm bằng đại học trong nước là không quá cao. Tuy nhiên thực tế, con số khi tổng lại có thể lên đến 400 – 500 triệu đồng, và quan trọng hơn là học xong ra làm gì, làm việc đến khi nào hồi vốn?

Theo thống kê của bộ Lao Động Thương Binh và Xã Hội (Bộ LĐ-TB&XH), có tới 60% sinh viên ra trường làm trái ngành, trái nghề. Đây là một con số đáng báo động, nói lên thực trạng nguy hại của việc học "đại" đại học. Vậy phải chăng khoản đầu tư gần 500 triệu của các bậc phụ huynh cũng như thời gian 4 năm đèn sách là coi như mất?

## 2) Mất thời gian

Hầu hết mọi người thường nghĩ rằng cứ học đại học 4 năm ở Việt Nam sau đó tìm cách du học là con đường tốt nhất.

Thực tế, khi đi theo con đường cũ đó, bạn phải học thật giỏi để đủ điều kiện xin học bổng và cạnh tranh với rất nhiều người. Còn nếu sức học bình thường, thì gia đình phải sẵn sàng chi một khoản tiền lớn, thậm chí từ 1 đến 2 tỷ đồng cho chương trình thạc sĩ.

Hơn nữa, theo trang Study.eu[8] thì thời gian tốt nhất để học thạc sĩ thường là sau khi đi làm từ 2 tới 4 năm. Với mức lương Việt Nam, thậm chí xuất sắc có được vị trí quản lý với thu nhập 30 – 40 triệu/tháng, thì sau khi trừ các khoản ăn tiêu, cũng rất khó để dành dụm được 1 – 2 tỷ dư ra trong thời gian ấy, để bù lại các khoản chi phí mà gia đình đã bỏ ra.

Chưa kể, học Thạc sĩ ở nước ngoài không đảm bảo giúp bạn kiếm được một công việc tốt ở đó.

Trong chuyến công tác đến Sydney, Úc tháng 12 năm 2023, tôi có cuộc trò chuyện với một anh tài xế taxi công nghệ Uber người Ấn Độ.

---

8    https://www.study.eu/article/should–i–get–a–masters–degree–now–or–start–working

Cuốc xe khá dài, lại thấy anh dễ thương, nên tôi tranh thủ bắt chuyện. Anh chia sẻ mình mới tốt nghiệp cao học Master ngành Khoa học y sinh được hơn một năm rồi, hiện đang chạy Uber toàn thời gian trong khi tìm việc.

Anh thốt lên, giọng đầy bức xúc, "Tìm việc để ở lại đây khó quá!"

Anh cho biết, dù có hơn 10 năm kinh nghiệm làm việc trong ngành này ở quê nhà, lại tốt nghiệp chương trình Thạc Sĩ uy tín tại Sydney. Trước khi chọn ngành, anh cũng đã tìm hiểu trước và nghe nói thị trường lao động bên này đang cần chuyên môn của anh lắm. Nhưng không biết vì lý do gì, mà chính phủ Úc lại "có vẻ không hề" tạo cơ hội việc làm cho anh sau khi ra trường.

Vẻ mặt anh cau có. "Vậy thì họ còn đòi hỏi gì nữa chứ?"

Mái tóc hoa râm điểm màu lo lắng, anh cay đắng kể về chi phí sống đắt đỏ ở đây. Hiện giờ, tiền nhà một tuần nhè nhẹ, ở khu vực ngoại ô, anh phải trả 350 – 450 AUD, tầm 5.8 – 9.2 triệu/ tuần. Chi phí sinh hoạt tầm 30.000 đô/ năm.

Đó là còn chưa tính tới chi phí học hành, anh và gia đình đã phải chi trả lên tới 80.000 đô Úc suốt 2 năm học ở đây.

"May là, chạy Uber thế này, tôi kiếm cũng khá, nhưng..." anh ngập ngừng. "Chỉ còn 3 tháng nữa thôi, visa của tôi sẽ hết hạn. Nếu không tìm ra cách, tôi buộc phải quay về quê."

Bạn thấy đấy, mất tiền, mất thời gian là có thật.

Càng nghĩ đến câu chuyện của anh ấy, tôi càng cảm thấy... ngày xưa mình thật may mắn, sang Sing mất có 4.000 đô, chứ hồi đấy mà nghe tỉ tê sang Úc cũng theo kiểu đó thì tôi chắc hết đường về nhà, rồi làm bạn với Kangaroo cả đời.

## 3) Mất cơ hội

Con đường cũ này có một rủi ro lớn nữa là liệu ngành nghề bạn học có cơ hội việc làm tốt sau khi tốt nghiệp, để bù đắp cho khoản đầu tư ban đầu hay không?

Cứ cho là bạn học cực giỏi, nhưng chỉ với 1 – 2 năm học tập và sinh sống tại nước sở tại, ở tuổi từ 25 đến 30, rõ ràng bạn đang bước vào cuộc chiến không cân sức về mọi mặt. Đó là từ khả năng ngôn ngữ, độ hiểu biết văn hóa, khả năng thích ứng với môi trường, cho tới kinh nghiệm làm việc so với các bạn cùng trang lứa, đã ở đó từ 5 – 10 năm nếu họ học nghề từ lúc mới tốt nghiệp cấp 3.

Tóm lại, với sự cạnh tranh gay gắt trong môi trường làm việc toàn cầu và sự thay đổi liên tục của xã hội, việc quyết định học ở nước ngoài hoặc trong nước đòi hỏi sự suy tính cẩn thận và đầu tư thông minh dựa trên năng lực và mục tiêu cá nhân.

# Chi phí du học nghề

Mặt buồn rười rượi, Trâm nói với tôi, "Mẹ em nói cm cứ học đại học 4 năm ở Việt Nam đi, rồi ráng tìm cách đi học thạc sĩ ở bên Úc."

Mới nghe thì suy nghĩ đó có vẻ hợp lý, nhưng đó là họ chưa biết rằng nếu theo con đường ấy, Trâm sẽ phải học hành rất áp lực vì thành tích phải thuộc top 5 thì mới có thể xin được học bổng. Rồi như phân tích bên trên, chưa chắc ngành nghề mà bạn ấy học lên thạc sĩ lại có nhiều cơ hội nghề nghiệp sau khi ra trường tại một đất nước phát triển như Úc.

Mentor của tôi, chị Lệ, một doanh nhân với hơn 20 năm kinh nghiệm trong lĩnh vực tuyển dụng nhân sự, đã khẳng định:

**"Chọn những ngành kỹ thuật, kỹ năng nghề, vì đó là lợi thế của người Việt mình, chứ mình không mạnh ngôn ngữ, tiếng Anh như người Philippines hay Ấn Độ đâu."**

Đó cũng là lý do chị thành lập Skale Works tại bang Brisbane, Queensland, với sứ mệnh mang tài năng Việt đến Úc và các nước phát triển, bằng một con đường mới: hiệu quả, cạnh tranh và dựa vào thế mạnh của mình.

Con đường mới mà tôi đã tư vấn cho Trâm và dì Liên lựa chọn là một chương trình du học nghề cao đẳng. Đặc thù của nó là vừa học vừa làm (on the job training), giúp người học nhanh chóng gia nhập vào thị trường lao động ngay sau thời gian học tập ngắn. Theo đó, chỉ cần 2 năm để trang bị các kiến thức thực sự cần thiết, thay vì những chương trình mang tính lý thuyết hàn lâm và nhiều nghiên cứu như 4 năm đại học. Quan trọng hơn là mức đầu tư chỉ tương đương hoặc nhỉnh hơn một chút so với mức học phí và sinh hoạt phí suốt quá trình học đại học tại Việt Nam.

Nhưng thật không dễ gì để thuyết phục mẹ Trâm, vốn là một người phụ nữ truyền thống. Là giáo viên, chị rất coi trọng việc học đại học tại Việt Nam, và quan trọng hơn là trước đó, Trâm đã có kết quả trúng tuyển ở một trường đại học khá tiếng tăm: Đại học Ngân Hàng, ngành quản lý dữ liệu thông tin.

Ngày nhập học càng đến gần, dì Liên lại càng lo sốt vó, vì mẹ Trâm tất nhiên là không chịu rồi:

"Sao đang đậu đại học ở Việt Nam mà lại đi học cao đẳng nghề? Thế chi phí thực tế là bao nhiêu?"

Thế là chúng tôi đã cùng ngồi lại, tạo ra một bảng so sánh chi phí đầu tư và khả năng hồi vốn giữa việc học ở Việt Nam và Úc. Đặc biệt là xem xét **thời gian và chi phí cơ hội.**

Đừng lo nếu bạn nhìn thấy chi chít những con số, tôi đã có giải thích rất chi tiết sau đó.

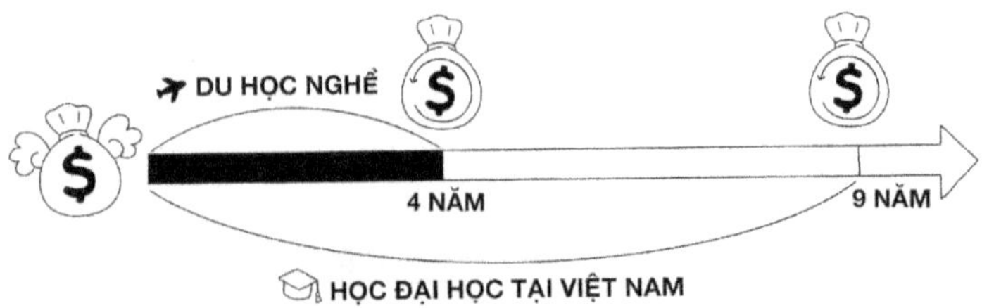


Bảng: So sánh chi phí đầu tư và khả năng hoàn vốn giữa lựa chọn học Đại học tại Việt Nam và Du học nghề tại Úc

| Số thứ tự | Hạng mục so sánh | Việt Nam | Úc |
|---|---|---|---|
| 1 | Học phí/năm | 30 triệu | 10.000 – 15.000 AUD/năm khoảng 160 triệu |
| 2 | Học phí ước tính | 120 –150 triệu VND/năm cho 4 – 5 năm | 20.000 – 25.000 AUD ~ 310 – 470 triệu cho 2 – 3 năm |
| 4 | Ước tính ăn ở/năm | 120 triệu /năm (10 triệu/tháng) | Khoảng 0 – 35 triệu VND/tháng (*)9 |

---

9  Chi phí sống trung bình nếu đi làm thêm theo mức quy định của chính phủ Úc, cho phép du học sinh được đi làm không quá 48 tiếng/2 tuần. Thu nhập từ làm thêm có thể đủ chi trả chi phí ăn ở.

| Số thứ tự | Hạng mục so sánh | Việt Nam | Úc |
| --- | --- | --- | --- |
| 5 | Ước tính đi lại/năm | 10 triệu | 18 triệu/vé máy bay 2 chiều |
| 6 | Bảo hiểm/khám sức khỏe | N/A | 1.500 AUD~ 24 triệu VND |
| 7 | Tổng chi phí đầu tư | Khoảng 330 – 410 triệu | Khoảng 610 – 738 triệu |
| 8 | Mức lương/năm sau ra trường | Khoảng 84 triệu (7 triệu VND/tháng) | Khoảng 500 triệu – 800 triệu VND |
| 9 | Làm thêm (nếu có) | Có/không | Khuyến khích/ Có (*) |
| 10 | Mức lương làm thêm | N/A | Tầm 1.800 – 2.500 AUD/tháng, 25 – 40 triệu VND/tháng |
| 11 | Tổng thu nhập hàng tháng | Mức lương hàng tháng + Làm thêm (nếu có) | Mức lương hàng tháng + Làm thêm (nếu có) |
| 12 | ROI – Khả năng hồi vốn | Sau 9 năm | Sau 4 năm |

# 1) Học phí

Ở Việt Nam, học phí đại học tại một trường dân lập thường rơi vào khoảng 25 – 40 triệu VND mỗi năm. Trong khi ở Úc, học phí cho các chương trình nghề thường khoảng 10.000 – 15.000 AUD, tương đương khoảng 160 – 240 triệu VND mỗi năm.

Điều này cho thấy rằng đúng là nếu chỉ nhìn vào học phí mỗi năm, thì việc học ở Úc cao hơn gấp 5 lần. Tuy nhiên, khi nhìn vào tổng chi phí đầu tư, và khả năng hoàn vốn, bạn sẽ bắt đầu thấy sự khác biệt.

# 2) Tổng phí đầu tư

Khi tính toán tổng chi phí đầu tư trong 4 năm ở Việt Nam so với 2 – 3 năm ở Úc, bạn có thể thấy rằng chi phí học tập tại Úc có vẻ cao hơn (khoảng 610 – 738 triệu VND so với khoảng 330 – 410 triệu VND ở Việt Nam).

Cần lưu ý rằng chi phí ăn ở và đi lại tại Úc có thể cao hơn một chút. Nhưng học sinh đi học nghề được chính phủ Úc khuyến khích đi làm thêm (cho phép tới 48 giờ/2 tuần), với mức lương từ 25 – 40 triệu/tháng. Khoản đó là đủ trang trải tiền ăn ở, thậm chí có thể đủ để chi tiêu cho bản thân, và giảm bớt gánh nặng tài chính cho gia đình.

Ngoài ra, một số trường nghề còn có thêm khoảng 16 tiếng thực tập (có thể có lương) giúp sinh viên có điều kiện cọ xát trong môi trường làm việc thực tế.

Điều đó có nghĩa là học phí ở Úc tuy cao hơn, nhưng khả năng vừa học vừa làm thêm có thu nhập bù lại các khoản chi phí là rất cao. Còn ở Việt Nam, chương trình học thường nặng, nên mọi người chủ yếu tập trung vào học, học, và học. Nói thật là, trong 4 năm ấy, dù có đi làm thêm lặt vặt, thì thu nhập cũng không được bao nhiêu.

Trâm từng háo hức chia sẻ với tôi, "Bạn em mới qua học ở Sydney, đi làm thêm mà kiếm được 25 đô một giờ đó chị. Một ngày có thể làm thu ngân 3 – 4 tiếng ở một cửa hàng bánh, mà tính ra là được 1 triệu mấy rồi!"

Thật quá tuyệt phải không bạn?

# 3) Khả năng hoàn vốn (ROI)

Trong bảng trên, ở Việt Nam, thời gian hoàn vốn dự kiến là sau 9 năm (gồm 4 năm học và thêm 4 – 5 năm ra trường). Còn ở Úc, là sau 4 năm (gồm từ 2 năm học và ra trường có thể tìm công việc phù hợp). Như bạn thấy, rõ ràng là ROI ở Úc cao hơn nhiều, chỉ bằng 1/3 thời gian bỏ ra, cho thấy rằng cơ hội thu hồi các khoản đầu tư nhanh hơn. Điều này liên quan đến mức lương sau khi ra trường ở Úc cao hơn đáng kể.

Theo báo cáo lương từ ABS Survey of Employee Earnings and Hours – Khảo sát về Thu nhập và Giờ làm việc của Người lao động của ABS, tháng 5 năm 2021 thì:

*Thu nhập cho các bạn hoàn thành cao đẳng nghề, sẽ từ 500 triệu đến 800 triệu/năm. Thậm chí ngay trong thời gian học bạn được khuyến khích để đi làm cọ xát và có nhiều kinh nghiệm thực tế và còn nhận được mức lương là 24 – 30 đô một giờ.*

Sau 9 năm học và làm việc, bạn có thể dễ dàng đạt được mức thu nhập ước tính từ 3 đến 4,8 tỷ đồng ở Úc. Trong khi đó, ở Việt Nam, sau khoảng thời gian tương tự, thu nhập của bạn có thể chỉ đủ để bạn và gia đình hồi lại phần vốn trước đây.

# 4) Thời gian và chi phí cơ hội

Một khía cạnh quan trọng khác là thời gian và chi phí cơ hội. Trong trường hợp ở Việt Nam, học sinh phải đầu tư 4 năm cho đại học và sau đó ra trường mà chưa chắc xin được việc. Trong khi đó, học nghề ở Úc, học sinh chỉ cần đầu tư 2 – 3 năm và sau đó có cơ hội việc làm nhanh chóng do nhu cầu tuyển dụng những lao động có tay nghề thường rất cao.

Đó là còn chưa tính đến yếu tố chọn nghề có phù hợp với nhu cầu của thị trường lao động sau này hay không nữa. Cho nên khoảng thời gian này là rất quan trọng vì nó liên quan đến chi phí cơ hội. Tức là số tiền mà gia đình phải bỏ ra, và học sinh có thể kiếm được nếu họ không học đại học ở Việt Nam trong thời gian đó.

# Tiền thì tốn,

# mà bao giờ mới hồi vốn?

Tại sao phải bỏ ra đến 4 năm học "đại" một đại học ở Việt Nam, ra trường lại chưa biết mình sẽ làm công việc như thế nào hoặc giả, nếu chọn đúng công việc mình thích, rồi đi làm thì mức lương những năm đầu chỉ tầm hơn 100 triệu một năm?

Trong khi đó, cùng số tiền ấy, chúng ta chỉ cần học 2 năm, rút ngắn thời gian một nửa, là đã có môi trường học tập quốc tế, trở thành công dân toàn cầu, trải nghiệm những nền văn hóa khác biệt, sự tự chủ, sự độc lập. Quan trọng là hai năm sau đã có thể bước chân ra thị trường lao động và bắt đầu đi làm với mức lương từ 500 triệu đến 800 triệu/năm.

Tóm lại, việc du học nghề ở Úc có thể đem lại lợi ích thu nhập và khả năng hồi vốn tốt hơn so với Việt Nam. Tuy chi phí học tập ở Úc có thể cao, nhưng mức lương và khả năng hồi vốn cao hơn cùng với thời gian ngắn hơn có thể làm cho việc du học ở Úc trở thành lựa chọn vượt trội.

Mà thực ra bật mí cho bạn, mức tiền trung bình 600 triệu bên trên chỉ là tổng chi phí thôi. Số tiền ban đầu để có thể bắt đầu thực hiện ước mơ này không nhiều đến thế đâu.

Vậy bạn tò mò mức chi phí cần chuẩn bị ban đầu để du học nghề là bao nhiêu không?

Dưới đây là bảng chi phí số tiền chuẩn bị ban đầu cho việc học chương trình 2,5 năm. Chương trình bao gồm Khóa sơ cấp gồm 3 chứng chỉ nghề:

Nấu ăn thương mại, Quản lý Bếp & Quản lý dịch vụ Ăn Uống học trong năm đầu tiên.

Năm thứ 2, bạn sẽ học chứng chỉ kép về Quản lý Nhà hàng – Khách sạn và Quản lý Sự kiện.

Bảng: Tổng hợp chi phí dự kiến cần chuẩn bị ban đầu cho
chương trình Du học nghề Úc

| YÊU CẦU THANH TOÁN TỪ TRƯỜNG | |
| --- | --- |
| 1) Tiền đặt cọc cần thiết để nhập học | 8,000 – 15,000 AUD |
| 2) Ước tính chi phí tư vấn hồ sơ, đạt tỷ lệ visa cao[10] | 0 – 1,500 AUD |
| Bảo hiểm trong vòng 2 năm (OSHC) | 1,500 AUD |
| Phí visa (phải thanh toán cho IMMI) | $720 |
| **Tổng cộng** | 10,220 – 18,720 AUD |
| Tiền cọc Deposit cho trường (VND) | 160 – 280 triệu đồng |
| Tiền vé máy bay | 8 triệu đồng |
| Chi phí sinh hoạt 3 tháng đầu | 60 triệu đồng |
| **Tổng Tiền Chuẩn Bị Ban Đầu** | **220 – 348 triệu đồng** |

---

10    Du học sinh có thể tự tìm hiểu, chuẩn bị và nộp hồ sơ visa của mình hoặc sử dụng dịch vụ tư vấn bởi Đại diện di trú, được cấp phép bởi Migration Agents Registration Authority – Sở Đăng ký Đại diện Di trú của Úc.

Như vậy với mức chi phí chuẩn bị khoảng tầm 220 – 348 triệu, là gia đình có thể yên tâm để bắt đầu con đường du học nghề – việc làm – định cư con em mình rồi.

Thậm chí, sau khi bạn sang đến nơi, mức học phí cũng hoàn toàn có thể chia nhỏ theo quý hoặc tháng, để không trở thành một gánh nặng tài chính cho gia đình.

Bạn có biết có những trường hợp, các bạn du học sinh cứ đăng ký học, học nữa, học mãi. Hết đại học, rồi bằng kép đại học, rồi thạc sĩ, rồi học cao hơn nữa, để tìm cơ hội ở lại làm việc và định cư như anh tài xế Uber người Ấn. Chưa biết sau này, họ sẽ kiếm được bao nhiêu tiền, nhưng trước mắt đã thấy mất từ cả trăm triệu đến cả tỷ mỗi năm...

Niềm tin cũ sẽ dẫn tới suy nghĩ cũ, đã khiến cho rất nhiều phụ huynh lựa chọn con đường cũ, và vô tình giới hạn con đường rộng mở của con em mình mà không hề hay biết.

Vậy ngoài vấn đề chi phí tối ưu, bạn có tò mò muốn biết thêm về con đường mới mẻ này không?

Hãy cùng lật trang và khám phá trong chương tiếp theo của cuốn sách này nhé.

**Phần II**

# CON ĐƯỜNG MỚI

## Bí mật học ở Tây
## với phí rất Ta

# Con đường mới, hy vọng mới

"Em tưởng hết cơ hội rồi, thì may quá đọc được bài viết của chị!"

Đó là giọng của Liên, reo vang liến thoắng trên điện thoại, chỉ 10 phút sau khi tôi đăng bài lên Facebook, kể về việc tôi đã giúp đứa cháu ở quê tìm thấy chương trình du học mà không phải mất hơn 7.000 AUD phí môi giới.

Liên nói tiếp. "Thế mà gia đình đã chuẩn bị sau đợt lễ 2 tháng 9 này sẽ vào Sài Gòn nhập học cho con bé rồi đấy..."

Bạn còn nhớ Liên chứ?

Liên là dì của Trâm, và là người có ảnh hưởng rất lớn trong việc nuôi dưỡng ước mơ làm việc ở những môi trường quốc tế hay đi du học, cho Trâm. Dù nhà không dư giả gì, từ năm lớp 6, theo lời dì Liên, Trâm đã ráng học tiếng Anh sau một lần được dì Liên cho đi du lịch Singapore.

Kể từ đó, dù sống ở một thành phố tỉnh, nhưng Trâm đã nuôi ước mơ du học.

Hai dì cháu đã tham khảo không biết bao nhiêu chương trình học đại học từ Á sang Âu, từ miễn phí cho đến phí thấp. Nào là: Đức; bởi vì dì Liên làm tại một công ty của Đức, hay Phần Lan; hay thậm chí cả Hungary; tất cả vì một mục tiêu: tìm cơ hội học bổng để cho Trâm được trải nghiệm môi trường học tập quốc tế.

Có thể thấy niềm khát khao rất lớn trong ánh mắt và giọng nói của hai dì cháu.

"Nhưng mà," Trâm nói. "Mấy chương trình này yêu cầu mình phải học ngôn ngữ tại đất nước đó chứ không phải là tiếng Anh chị ạ."

Trâm thích đi Úc, Canada, Mỹ và các nước nói tiếng Anh. Tuy nhiên mức phí cao quá, nhà không kham được.

Thế là hai dì cháu ròng rã sáu năm để chuẩn bị vốn tiếng Anh, ba năm tìm hiểu các chương trình du học, Thế nhưng sau đó, chính những rào cản thực tế về hoàn cảnh gia đình mà mẹ Trâm đưa ra, đã làm cho kế hoạch tuyệt vời ấy sắp đổ sông đổ bể.

Cú điện thoại của dì Liên đã mở ra một con đường mới cho Trâm.

Chỉ sau đó hai tuần thôi, Trâm đã cầm trên tay thư mời nhập học của một trường cao đẳng nghề tại Úc với ngành học mình yêu thích, đó là nấu nướng và quản lý nhà hàng khách sạn. Trâm sẽ theo học ba chứng chỉ nghề bao gồm: Nấu ăn Thương mại, Quản lý Bếp (Khóa sơ cấp), Quản lý Dịch vụ ăn uống trong năm đầu tiên. Sau đó cô bạn sẽ tiếp tục học chứng chỉ kép về Quản lý Nhà hàng – Khách sạn và Quản lý Sự kiện.

Điểm thú vị là nơi Trâm học, vịnh Byron xinh đẹp, nằm ở cực đông nước Úc. Đó là một thị trấn nổi tiếng với nhiều bãi biển xinh đẹp, những cánh rừng nhiệt đới tươi tốt, và vô số món ngon bản địa,...

Đây còn là điểm hẹn của loài cá heo, những ai muốn trải nghiệm thể thao dưới nước như lặn biển, lướt sóng,... hay chỉ đơn giản muốn thanh lọc tâm hồn, tránh sự ồn ào nơi đô thị.

Đặc biệt hơn cả, tại đây Trâm sẽ được học với những đầu bếp kỳ cựu, điều mà cô luôn ao ước. Họ sẽ dạy cô bé cách làm mọi thứ từ đầu, cách tạo ra những bữa tiệc đặc biệt, có thể thỏa mãn mọi thực khách trong nhiều nhà hàng, từ bình thường cho tới cao cấp.

Nếu là một người trẻ trong một xã hội năng động, bạn muốn nhanh chóng đi làm và kiếm thu nhập nhanh chóng sau 2 năm, hay sau 4 – 5 năm?

Tất cả tùy thuộc vào lựa chọn của bạn.

# Du học nghề là gì?

Lúc làm công việc xúc tiến đầu tư giúp các công ty nước ngoài mở nhà máy tại Việt Nam, tôi đã có dịp tiếp xúc với rất nhiều chủ doanh nghiệp gia đình ở Đức. Và bạn biết có một đặc điểm chung rất lớn là gì không?

Xuất phát điểm của họ là kỹ sư hoặc thợ cơ khí, rồi gây dựng cơ nghiệp của mình lớn mạnh, với lịch sử hơn cả trăm năm. Bạn thấy đấy, có những người chỉ học nghề, nhưng sau đó vẫn trở thành giám đốc doanh nghiệp rất thành công.

Sự thành công của doanh nghiệp Đức được thúc đẩy bởi các doanh nghiệp vừa và nhỏ, chiếm 99% tổng số doanh nghiệp ở nước này. Những công ty này chiếm hơn một nửa sản lượng kinh tế và tạo ra tới 60% việc làm. Xấp xỉ 82% người học nghề ở Đức được đào tạo tại các doanh nghiệp vừa và nhỏ này.

Tôi còn nhớ mãi chuyến công tác Đức năm 2022, ngay khi đi trên tàu hỏa xuôi từ mạn Nam nước Đức, từ Bremen qua Rotterdam (Hà Lan), dọc theo hành trình gần biển Bắc (North Sea), nơi lịch sử của nền thương mại hàng hải khu vực Bắc Âu và vùng biển Baltic xưa. Khi đó, tôi đã có dịp bắt chuyện với ngay một bác doanh nhân làm mảng gỗ, tên là Ludwig Holz, và cái họ "Holz", nghĩa là "gỗ" trong tiếng Đức, nói lên tất cả về công việc của bác ấy.

Kỳ thực là tôi quen trao danh thiếp trong các sự kiện kinh doanh, giao lưu văn hóa, chứ đâu có ngờ trao danh thiếp khi đang... lạc đường trong lúc đổi tàu từ Đức qua Hà Lan.

Nhìn vào danh thiếp tôi trao, bác Holz rất ngạc nhiên vì biết tôi đến từ Sài Gòn. "Bạn bác cũng đang kinh doanh ở TP.HCM đấy!"

Sau đó, bác Holz chia sẻ những câu chuyện thú vị về gia đình và công ty của bác, và cách bác đã duy trì công việc kinh doanh truyền thống của gia đình suốt nhiều thế hệ như thế nào. "Chăm chỉ và tập trung, đó là cách để chúng tôi trường tồn qua thời gian và thử thách."

Chúng tôi hẹn nhau một ngày đẹp trời, bác ghé Sài Gòn thì nhớ liên hệ tôi để có hướng dẫn viên miễn phí và chất lượng.

Quả là thú vị!

Không chỉ có vậy, nhiều quốc gia châu Âu khác cũng đang học hỏi các quốc gia nói trên. Họ cũng đang cố gắng triển khai toàn bộ hệ thống hoặc một số thành phần của nó trong hệ thống giáo dục của họ.

Vì thế mà hiện nay, có một xu hướng đang diễn ra ở nhiều quốc gia ở Châu Âu là chú trọng đào tạo giáo dục và dạy nghề (còn gọi là VET). Ngày càng có nhiều quốc gia nhận ra VET được triển khai thành công có thể là trụ cột ổn định cho nền kinh tế, điều này cũng hữu ích trong việc giảm tỷ lệ thất nghiệp ở dân số trẻ.

Đức, Thụy Sĩ và Áo là ba quốc gia châu Âu nổi tiếng nhất về sự thành công và ổn định của hệ thống đào tạo nghề.

Con số thực tế cho thấy, so với nhiều nước công nghiệp phát triển khác, tỷ lệ thất nghiệp của thanh niên Đức ở mức rất thấp.

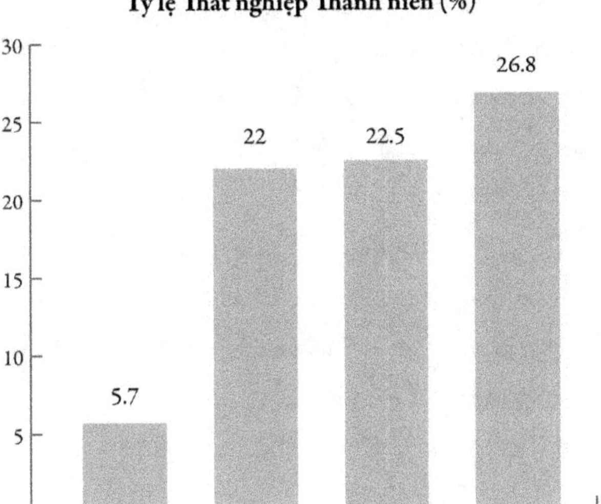


Biểu đồ: Thống kê tỷ lệ thanh niên thất nghiệp (%) năm 2023 ở một số quốc gia châu Âu theo Eurostat.

Theo Eurostat, tháng 8 năm 2023, tỷ lệ thất nghiệp ở độ tuổi từ 15 đến 24 trung bình ở Đức là 5,7%. Tình hình thất nghiệp thanh niên ở một số quốc gia khác vẫn đáng lo ngại. Con số này ở Ý, Hy Lạp và Tây Ban Nha lần lượt là 22,0%, 22,5% và 26,8%. Điều này cho thấy rằng các quốc gia này đang đối mặt với tình hình thất nghiệp ở thanh niên rất nghiêm trọng. Khoảng hơn 1/4 số người ở độ tuổi này đang tìm việc làm.

Với mức trung bình từ 5.75% (2018) đến 5.77% (2022), Đức cũng có tỷ lệ thất nghiệp thanh niên thấp nhất trong toàn bộ 28 quốc gia thành viên EU. Cũng theo OECD[11], Đức nằm trong các quốc gia có năng suất lao động cao nhất trên thế giới.

Mặc dù thế giới đã thay đổi kể từ khi VET xuất hiện và tỷ lệ tuyển sinh đại học đã tăng lên đáng kể ở các quốc gia này, VET vẫn là một trong những cách phổ biến nhất để du học sinh có thể đạt được mục tiêu nghề nghiệp và tham gia vào thị trường lao động nước ngoài.

Một chị tôi quen cũng tên là Huyền, Giám Đốc Phòng Thương Mại & Đầu Tư khu vực Đông Nam Á, Chính phủ bang Queensland, Úc, chia sẻ rằng:

*Trước đây khi công tác tại Phòng Thương mại – Đại sứ quán Hà Lan tại Việt Nam, Chính phủ bên họ cũng đã rất tập trung vào du học nghề hơn là du học đại học rồi.*

Thông tin từ Cơ quan Thương mại và Đầu tư Chính phủ Australia cho biết:

*Trong vòng 10 năm trở lại đây, chính phủ Úc cũng chú trọng hơn vào các chương trình đào tạo nghề nhằm giảm thiểu*

---

11    Tổ chức Hợp tác và Phát triển Kinh tế (Organization for Economic Cooperation and Development). Đây là một tổ chức quốc tế được thành lập vào năm 1961, với mục tiêu tìm ra các chính sách phát triển kinh tế và cải thiện cuộc sống trên toàn thế giới.

*thiếu hụt cho một số ngành nghề đặc thù cũng như tạo ra các cơ hội việc làm mới.*

Du học nghề tại Úc là chương trình học đặc biệt của tổ chức giáo dục tại Australia liên kết cùng hàng loạt các trường đào tạo nghề, học viện uy tín, do Cơ Quan Quản Lý Nghề Úc (Australian Skills Quality Authority). Chương trình này sẽ mở cánh cửa cho bạn bước vào một thế giới giảng dạy tiêu chuẩn quốc tế mà không cần phải đau đầu về chi phí du học. Quy trình đăng ký đơn giản và thuận tiện cùng với cơ hội thú vị về công việc và định cư lâu dài đang chờ đợi bạn.

Tóm lại, du học nghề là một hình thức du học, mà thay vì đầu tư nhiều thời gian vào học tập lý thuyết, bạn sẽ có cơ hội bước ra thị trường lao động nhanh chóng và trang bị sẵn các kỹ năng thực tế để đáp ứng nhu cầu của công việc.

# Những lợi ích của du học nghề

Dưới đây là **5** lý do tại sao học nghề Úc có thể là sự lựa chọn tốt hơn so với các chương trình du học thông thường hoặc xuất khẩu lao động Úc:

## 1) Học phí hợp lý

Như đã phân tích ở phần I, bạn cũng đã hiểu khá rõ vấn đề này. Du học bình thường có thể tốn tới 315 – 820 triệu/năm trong khi đó du học nghề thì bạn chỉ cần đầu tư 30 – 50% so với học phí trung bình của các chương trình kể trên, khoảng 110 – 252 triệu/năm.

Làm thế nào để tìm hiểu trường tốt, được xếp hạng cao với mức chi phí thấp nhất? Hẹn gặp bạn ở phần III.

Trước đó, tôi muốn bạn hiểu rõ hơn về con đường mới này, ưu điểm, và kể cả yếu điểm của nó.

## 2) Đầu tư vào tương lai

Nếu bạn đang xem xét việc xuất khẩu lao động, và hi vọng rằng sau khi kết thúc chương trình bạn có thể tích lũy được một khoản tiền lớn để về quê lập nghiệp, thì tôi nghĩ bạn nên xem xét kỹ.

Vì số người làm được như vậy cũng không phải là không có, nhưng thực tế không nhiều. Tuy nhiên, nếu bạn chọn du học nghề tại Úc, bạn sẽ nhận được một bằng cấp quốc tế được công nhận rộng rãi, khi đó khả năng kiếm được thu nhập cao hơn tại Úc, về Việt Nam hay thậm chí ở các nước mà bạn muốn.

Hãy xem mức thu nhập một số nhóm ngành có nhu cầu cao tại Úc.

| Tên Nghề | Mức Thu Nhập Trung Bình (AUD/Năm) | Mức Thu Nhập Trung Bình (tỷ VND/Năm) |
|---|---|---|
| Y tá (Registered Nurses) | 70,000 – 90,000 | 1.099 – 1.413 |
| Giáo viên trung học (Secondary School Teachers) | 70,000 – 100,000 | 1.099 – 1.570 |
| Lập trình viên phần mềm và ứng dụng (Software and Applications Programmers) | 70,000 – 100,000 | 1.099 – 1.570 |
| Thợ điện (Electricians) | 60,000 – 90,000 | 0.942 – 1.413 |
| Quản lý xây dựng (Construction Managers) | 100,000 – 150,000 | 1.570 – 2.355 |
| Thợ mộc và thợ gia công gỗ (Carpenters and Joiners) | 50,000 – 80,000 | 0.785 – 1.256 |
| Thợ cơ khí và gia công kim loại (Metal Fitters and Machinists) | 50,000 – 80,000 | 0.785 – 1.256 |
| Thợ ống nước (Plumbers) | 60,000 – 90,000 | 0.942 – 1.413 |
| Thợ cơ khí ô tô (Motor Mechanics) | 50,000 – 70,000 | 0.785 – 1.099 |

| Tên Nghề | Mức Thu Nhập Trung Bình (AUD/Năm) | Mức Thu Nhập Trung Bình (tỷ VND/Năm) |
|---|---|---|
| Công nhân gia công và hàn kết cấu thép (Structural Steel and Welding Trades Workers) | 50,000 – 80,000 | 0.785 – 1.256 |
| Chuyên gia kỹ sư dân dụng (Civil Engineering Professionals) | 70,000 – 120,000 | 1.099 – 1.884 |
| Kỹ sư công nghiệp, cơ khí và sản xuất (Industrial, Mechanical and Production Engineers) | 70,000 – 120,000 | 1.099 – 1.884 |
| Quản trị viên cơ sở dữ liệu và hệ thống cùng Chuyên gia An ninh Công nghệ thông tin (Database and Systems Administrators and ICT Security Specialists) | 80,000 – 130,000 | 1.256 – 2.041 |
| Chuyên gia phân tích kinh doanh và hệ thống Công nghệ thông tin (ICT Business and Systems Analysts) | 80,000 – 130,000 | 1.256 – 2.041 |
| Đầu bếp (Chefs) | 50,000 – 70,000 | 0.785 – 1.099 |

**Lưu ý:** Các mức thu nhập trên chỉ mang tính chất tham khảo và có thể thay đổi theo vùng lãnh thổ, kinh nghiệm làm việc, và các yếu tố khác.

Ở đây tôi chỉ liệt kê một số nghề, nếu bạn chưa thấy ngành mình yêu thích hay phù hợp với mình, thì đừng buồn vì ngoài ra danh sách này còn khá nhiều các ngành khác và thường xuyên được cập nhật.

Đặc biệt, trong phần III tôi còn giới thiệu công cụ để bạn có thể dễ dàng tìm kiếm các nghề có nhu cầu tuyển dụng cao trong tương lai tại Úc.

## 3) Học và làm việc cùng lúc

Bạn nghĩ sao về việc vừa học vừa làm, giúp bạn tích luỹ kinh nghiệm và kiến thức cần thiết trong lĩnh vực của bạn?

Thông thường, sinh viên quốc tế trong chương trình VET ở Úc có thể được thực tập trong suốt quá trình học. Thời gian thực tập có thể kéo dài từ vài tuần đến vài tháng, tùy thuộc vào yêu cầu của khóa học và ngành nghề mà sinh viên đang theo học. Còn thời gian làm việc tới 16 giờ/tuần (có thể được trả phí) hoặc 360 giờ trên tổng chiều dài khóa học.

Sau khi tốt nghiệp, bạn sẽ có cơ hội tìm công việc có thu nhập cao hơn so với xuất khẩu lao động Úc.

Điều này thì cực kỳ tốt vì sẽ giúp các bạn như Trâm và Ngân tự lập và dạn dĩ hơn.

# 4) Cơ hội định cư

Du học sinh Úc được phép ở lại làm việc sau khi tốt nghiệp trong vòng 18 – 24 tháng. Nếu bạn thể hiện khả năng làm việc xuất sắc và cam kết với doanh nghiệp, bạn có thể tiến đến định cư khi đủ điều kiện.

Chẳng hạn, trong chuyến công tác đến Úc, tại bang Queensland, tôi có cơ hội được trò chuyện với Shelly, Sáng Lập và Tổng Giám Đốc tập đoàn giáo dục Coralz, một doanh nhân người Israel.

Từ cuối những năm 90 của thế kỷ trước, Shelly đã là một du học sinh chập chững những bước đầu tiên trên đất Úc. Hơn ai hết, cô hiểu những khó khăn và thử thách của một người nước ngoài muốn thành công trong sự nghiệp và có ước mơ định cư tại Úc. Với chính trải nghiệm cá nhân của mình, cô đã thành lập một trường nghề và một công ty về tư vấn visa và định cư, với tỷ lệ đạt visa cao, 97% so với mức trung bình của ngành chỉ là 62.9% ( thậm chí thấp hơn) cho sinh viên học cao đẳng nghề từ Việt Nam.

Ảnh: **Shelly – diễn giả** tại sự kiện **1M Dreams** tại Brisbane, thủ phủ bang Queensland, Úc, tháng 12/2023

Cô chia sẻ: "Lộ trình định cư – PR Pathway này phải được xây ít nhất 8 năm, từ khâu chọn học gì, chọn nghề gì. Và nên được tính toán ngay từ đầu, ngay khi bạn chọn ngành học."

Điều này không chỉ giúp bạn có một công việc phù hợp, ổn định, lương cao mà còn có khả năng mang lại cơ hội định cư lâu dài.

Hãy lưu ý rằng tiêu chí và điều kiện định cư thay đổi theo thời gian và phụ thuộc vào Bộ Di Trú và các cơ quan liên quan của chính phủ. Không ai có thể chắc chắn việc sẽ xảy ra sau 5 – 8 năm nữa. Tuy nhiên việc sở hữu một công việc có thu nhập ổn định và đáp ứng nhu cầu của thị trường là nền tảng vững chắc để tiến tới định cư trong tương lai.

Tất nhiên, con đường tìm việc và định cư thường sẽ phải dành nhiều nỗ lực hơn.

# Câu chuyện giỏi nghề với ông chủ tốt

Bước vào căn nhà trên phố Cordelia St. gần khu triển lãm, sát trường nghề của Chính phủ Tafe South Bank, anh Tín và chị Thư đón chúng tôi với những chiếc bánh nướng mới ra lò thơm phức. Nhìn chúng ngon đến mức gây nghiện, và có lẽ sẽ khiến chúng tôi tăng thêm vài ký sau chuyến đi tới bang Queensland, Úc lần này.

Cùng nhâm nhi ly cà phê thơm buổi sáng, anh chị chia sẻ đầy tự hào về câu chuyện khởi nghiệp tuổi 50 của mình.

Trải qua biến cố suýt phá sản tại Việt Nam, cả nhà hai vợ chồng cùng ba đứa con đang ở tuổi ăn tuổi học, phải dắt díu tìm đường đến Úc, bắt đầu lại từ đầu. Anh chị mua lại một cửa hàng bánh với giá hơn 400.000 đô Úc. Suốt 2 năm đầu, từ không biết tý gì về làm bánh và quản lý kinh doanh cửa hàng bánh. Mỗi tuần, 5 con người ấy, làm tới 70 tiếng (trong khi giờ làm việc trung bình quy định là 40 tiếng), lăn lộn học và thử sai hơn 200 loại bánh. Cuối cùng, từ một tiệm bánh ế ẩm, doanh thu lẹt đẹt, nay họ đã xây nên mô hình kinh doanh thành công và đang lên kế hoạch mở rộng và franchise. Và lợi nhuận rất ổn định, ít nhất sau khi trừ toàn bộ chi phí, cửa hàng bánh của anh lãi hơn hai trăm ngàn đô Úc, tương đương tầm 3,2 tỷ đồng một năm.

"May mắn là anh có thợ làm bánh lành nghề," anh Tín nói, vết chân chim trên mắt làm cho nụ cười của anh thêm tươi rói. "Họ làm giỏi gấp 3 – 4 lần người bình thường đấy."

Anh ấy kể thêm rằng, vì người chủ trước xấu tính, thời gian đầu khi mới sang nhượng lại cửa hàng khó khăn lắm. Họ một bước ra đi, không hề chỉ vẽ nghề cho anh chị. May mắn thay, anh chị nhận được trợ giúp từ một người thợ bánh, với mười mấy năm kinh nghiệm. Anh ta truyền lại công thức, đồng thời hướng dẫn cách vận hành cửa hàng hiệu quả. Mà tất cả những gì anh Tín trả chỉ là 50 đô/giờ, và thấy rằng quá rẻ!

Bạn có biết, mức lương cơ bản ở Úc là bao nhiêu một giờ không?

Là 24 đô.

Rõ ràng có kinh nghiệm, giỏi nghề thì sẽ luôn có những ông chủ sẵn sàng trả lương cao gấp đôi như anh Tín vậy.

Trong sự kiện **1M Dreams** tại Brisbane, thủ phủ bang Queensland, Úc, tháng 12 năm 2023, anh hào hứng chia sẻ dự định của mình:

"Anh sẽ giúp các bạn trẻ Việt Nam có cơ hội thực hành, và sẵn sàng đào tạo ra những thợ bánh lành nghề trong chuỗi các cửa hàng của mình trong 2 năm."

Đây quả là cơ hội ngàn vàng cho các bạn trẻ học mảng Bếp, làm bánh, hay quản lý Nhà Hàng khách sạn, giúp các bạn vừa được thực tập có lương, vừa có thể có ngay công việc toàn thời gian, ngay sau khi tốt nghiệp, dưới visa diện tay nghề.

Để xin được visa này, việc đánh giá tay nghề Skill Assessment là một yêu cầu cơ bản và là công cụ giúp chính phủ Úc xác nhận về trình độ, học vấn, kinh nghiệm của người lao động. Bạn phải có đủ 1.700 giờ kinh nghiệm với những kỹ năng này. Như vậy, việc có được những người như anh Tín hỗ trợ, giúp bạn vừa học vừa làm trong thời gian dài tại một doanh nghiệp uy tín, là một cơ hội định cư rất tốt.

# 5) Lợi ích đặc biệt: thiên thần hỗ trợ

Hãy hình dung khi bạn sang một đất nước mới, bạn có thể gặp những khó khăn như lạc đường tại sân bay, hay chưa quen với các phương tiện giao thông công cộng hiện đại, mua sắm,... Chưa kể là, việc thuê nhà ở Úc thì cực kỳ phức tạp luôn. Khi tự đi thuê nhà, bạn cần có đến ba thư giới thiệu để chủ nhà kiểm tra, xác minh nhân thân của bạn, thì họ mới yên tâm giao nhà.

Nhưng bạn đừng lo, thực tế tại Úc có một số tổ chức và sáng kiến hỗ trợ sinh viên quốc tế du học, ví dụ như:

- **Study in Australia:** trang web chính thức của Chính phủ Úc, cung cấp thông tin chi tiết về du học nghề tại Úc và các nguồn hỗ trợ cho sinh viên quốc tế.

- **Australian Skills Quality Authority (ASQA):** cơ quan quản lý chất lượng giáo dục và đào tạo nghề nghiệp tại Úc. Họ đảm bảo rằng các cơ sở đào tạo nghề tại Úc tuân thủ các tiêu chuẩn chất lượng và cung cấp môi trường học tập an toàn cho sinh viên quốc tế.

- **Technical and Further Education (TAFE International):** cung cấp các chương trình đào tạo nghề nghiệp cho sinh viên quốc tế và hỗ trợ về việc xin visa, chỗ ở và cuộc sống tại Úc.

- **VET Student loans:** được cung cấp bởi Chính phủ Úc, đảm bảo tính tin cậy và hỗ trợ tài chính cho sinh viên. Sinh viên có thể nhận khoản vay để trang trải chi phí học phí cho các khóa học nghề nghiệp được chính phủ Úc chấp thuận. Sinh viên chỉ phải trả nợ khi đạt đến mức thu nhập nhất định. **Tiếc là các khoản vay này khá hạn chế hoặc chưa dành cho sinh viên quốc tế.** Nhưng bạn đừng lo, chỉ chút nữa đây thôi bạn sẽ được tiết lộ một "thiên thần" khác cũng tuyệt vời không kém.

Nếu là một sinh viên quốc tế, thường bạn sẽ cần ít nhất từ 6 tháng cho tới 1 năm để hòa nhập tốt vào môi trường mới. Việc có đàn anh hay đàn chị đi trước chỉ dẫn tận tình là điều vô cùng cần thiết, sẽ giúp khoảng thời gian đó trở nên suôn sẻ hơn.

Ngoài ra, một trong những rào cản lớn khiến nhiều học sinh và gia đình người Việt chúng ta chưa thể tiếp cận được du học nghề hay đạt tỷ lệ visa thấp chính là khả năng chứng minh tài chính.

Đa phần gia đình người Việt tuy có thể sở hữu nhiều của cải, việc chứng minh tài sản qua nhà cửa, đất đai thì không khó. Nhưng để chứng minh dòng tiền, thu nhập đó từ đâu ra và có đều đặn hay không thì là cả vấn đề. Bởi vì đa phần chúng ta vẫn có thói quen, vì sở thích hay vì lý do tế nhị nào đó, vẫn giao dịch tiền mặt, chứ chưa qua ngân hàng hay một kênh chính thống nào. Chính phủ hay Lãnh sự quán cần thấy được dòng thu nhập đều đặn, ổn định, rõ ràng và minh bạch.

Chính điểm yếu này, bạn có thể phải trả chi phí từ 110 – 160 triệu cho đơn vị môi giới với lời hứa giúp chứng minh tài chính bằng những cách không chính thức, ví dụ như giả mạo hồ sơ. Nhưng thành thật mà nói cách này khá mạo hiểm, và không có gì chắc chắn...

Chính vì thế chúng tôi đang ấp ủ cho ra đời một hiệp hội, được bảo trợ bởi Chính phủ bang Queensland hay Liên minh công nghệ giáo dục Việt Úc sẽ là cầu nối hỗ trợ cho việc học của bạn trong vòng 2 đến 3 năm tới tại Úc.

Với sáng kiến này, bạn sẽ dễ dàng được các ngân hàng, tổ chức tài chính uy tín đến bảo trợ và giúp gia đình chứng minh tài chính một cách hợp thức và an toàn, tránh mất chi phí kể trên.

Hãy hình dung nếu hiệp hội này ra đời, và bạn tình cờ có hứng thú phát triển nghề bánh chẳng hạn, thì bạn có thể dễ dàng kết nối với các thiên thần như anh Tín ở phần trước.

Khi ấy, bạn sẽ được hỗ trợ để trở thành thợ bánh chính, khi tham gia vào chương trình On the Job Training, làm việc tại các cửa hàng của anh ít nhất 2 năm. Đây cũng là cơ hội để một bạn trẻ có thể rèn luyện kỹ năng và làm việc thực tế, cầm tay chỉ việc với một doanh nhân thành công tại khu vực Queensland như anh.

Rồi bạn tưởng tượng, sau đó bạn đi làm và có chứng nhận – thư giới thiệu của chủ doanh nghiệp uy tín về năng lực của mình, thì việc tìm được vị trí tốt ở những chuỗi cửa hàng bánh lớn sẽ cực kỳ cực kỳ thuận lợi.

Ngoài ra, dù là thợ xây, thợ đóng bàn ghế, thợ sơn, thợ điện, thợ mộc, hay kỹ sư công nghệ thông tin,... thì nước Úc rất coi trọng những người lành nghề. Thậm chí họ còn phát triển các chương trình visa định cư diện tay nghề như 189, 190, 489, 482, 186, 187 và 485. Chứng nhận kỹ năng từ doanh nghiệp là một yêu cầu bắt buộc.

Chưa kể là, với những gia đình mong muốn con cái không chỉ phát triển chuyên môn mà còn có thể phát triển kinh doanh, thì anh Tín hoàn toàn có thể hỗ trợ nhượng quyền chính cửa hàng bánh của mình, hướng dẫn bạn thực hiện nó một cách xuất sắc.

Điều này cũng giúp bạn có thể đạt được Visa 491 Visa Skilled Work Regional (Provisional). Đây là một loại visa có thời hạn 5 năm, dành cho những người lao động có kỹ năng muốn sống và làm việc tại vùng ven Queensland. Visa này cũng là một con đường để đạt được quyền cư trú vĩnh viễn.

Đây chỉ là các thông tin gợi mở, để nắm rõ thêm thông tin về hiệp hội này ngay khi chúng tôi ra mắt chính thức, hãy nhớ kết nối với tôi sau khi đọc sách nhé.

# Nhược điểm của du học nghề

Có thể bạn thấy du học nghề có rất nhiều ưu điểm. Nhưng phải nói thật là không có gì là hoàn hảo, vậy con đường mới này có nhược điểm nào không?

Câu trả lời là có.

Bạn nghĩ đó là gì?

Nhiều người nói với tôi: Nghe học nghề nó không có "sang" lắm chị ạ.

## 1) Học nghề không "sang"?

Đúng vậy, ở Việt Nam luôn có một định kiến như thế giữa học nghề, cao đẳng, và đại học. Tuy nhiên, nếu xét đến đích đến cuối cùng là chúng ta muốn gì, thì câu chuyện về Fritz dưới đây rất đáng suy ngẫm.

Trước đây, khi còn làm công tác hỗ trợ các nhà đầu tư nước ngoài mở nhà máy, tôi đã gặp Fritz, khi ông tìm kiếm địa điểm để mở nhà máy thứ hai của mình tại Việt Nam.

Fritz là một người Đức, đã từng là một kỹ sư với tay nghề siêu việt trong lĩnh vực chế tạo cơ khí chính xác. Ông đã gây dựng một công ty thành công tại quê nhà với danh tiếng xuyên biên giới ở các nước châu Âu. Tuy nhiên, Fritz không dừng lại ở đó. Ông đã nhận ra tiềm năng của thị trường Việt Nam và quyết định mở nhà máy sản xuất ở Hải Phòng.

Tại nhà máy của mình ở Việt Nam, Fritz không chỉ sản xuất hàng hóa chất lượng cao mà còn đào tạo rất nhiều kỹ sư tại địa phương. Ông đã đặt niềm tin vào họ, mặc dù họ không có bằng cấp nghề từ đầu. Nhưng sự chăm chỉ, chịu khó và lòng đam mê của họ đã khiến ông cảm phục, hơn là những người có học, có bằng cấp mà ông đã từng tiếp xúc.

Một trong những điều ông Fritz thường than thở là về cách học đại học ở Việt Nam. Ông nói: "Sinh viên Việt Nam làm tôi toàn phải đào tạo lại từ đầu, nhưng may mà họ chăm chỉ và chịu khó. Tôi rất quý trọng những người này."

Hiện tại, Fritz đã mở rộng hoạt động của công ty tại khu vực miền Nam. Ông không chỉ tạo ra cơ hội cho những người làm nghề mà còn giúp định hình lại tương lai của rất nhiều kỹ sư trẻ ở Việt Nam.

Qua câu chuyện trên, bạn nhận ra điều gì?

Tôi thì nghĩ rằng đây là một bài học quý giá về giá trị thực tế của kỹ năng và lòng nhiệt huyết so với bằng cấp trên giấy. Điều quan trọng không chỉ là nơi chúng ta bắt đầu, mà còn là cách chúng ta xây dựng và phát triển bản thân.

Học nghề là bước đầu cho sự nghiệp của bạn, và nó có thể dẫn đến sự thành công và giàu có, thậm chí vượt xa học đại học. Câu hỏi cuối cùng vẫn còn đó: "Muốn sang hay muốn thu nhập cao?"

Câu trả lời có thể là cả hai, với điều kiện bạn học nghề một cách đúng đắn, tận dụng cơ hội và không ngừng sáng tạo.

## 2) Tỷ lệ đậu Visa có thể thấp

Với 31.000 sinh viên (chiếm 23,8% số lượng du học sinh Việt Nam trên toàn cầu), Úc là điểm đến du học phổ biến thứ hai chỉ sau Nhật Bản. Vì thế, tôi đã không ngạc nhiên khi nghe nói theo thống kê đã có hơn 150 cơ sở giáo dục liên kết Việt – Úc đã hoạt động và có văn phòng đại diện tại Việt Nam.

Tuy nhiên, du học nghề thì lại khá mới mẻ. Tôi đã từng gặp Oliver – đại diện của Hiệp hội các trường nghề bang Victoria, Úc, trong một sự kiện tháng 9 vừa qua. Oliver cho biết đây là lần đầu tiên một phái đoàn gồm các trường cao đẳng nghề tới Việt Nam quảng bá cho các chương trình học cao đẳng nghề từ Úc.

Đang trao đổi với Oliver thì một chị gái trong chiếc váy đỏ, mặt lạnh tanh, cau có, tham gia vào cuộc trò chuyện của chúng tôi. Tôi nhớ ra, vừa lúc nãy, tôi có vào chung thang máy với chị và vẫn nhớ y chang cái váy màu đỏ, cặp lông mi giả nặng trĩu, thái độ lạnh lùng. Chị mở miệng, chen vào giữa chừng:

"Thật vô lý!" chị hậm hực nói. "Tại sao đầu năm tới giờ chúng tôi gửi đi 10 hồ sơ du học nghề mà rớt cả 10? Giờ chúng tôi thật không biết nói làm sao với học sinh của chúng tôi đây?"

Oliver im lặng, không thể chen được lời...

Chị ấy nói tiếp. "Tôi đề xuất ông nên phản hồi lại với bên Văn phòng Thị thực, Bộ Nội vụ[12] vì ông là đại diện của trường. Nếu điều này lại xảy ra thì làm sao chúng tôi làm ăn được."

Theo số liệu từ cục thống kê Úc, báo cáo Giáo Dục và Việc làm năm 2022, so với du học thông thường ở các bậc đại học và thạc sĩ với tỷ lệ đạt visa lên đến 99%, tỷ lệ visa dành cho du học nghề đối với Việt Nam là 62.9%. Nghĩa là, cứ 10 người nộp hồ sơ thì sẽ chỉ có 6 người đạt.

Tại sao tỷ lệ cấp visa cho đào tạo nghề lại thấp hơn so với đào tạo bậc đại học, cao học ở Úc?

Một số lý do đã được đưa ra đó là:

---

12    Department of Home Affairs: Cơ quan cấp visa du học

Thứ nhất, mục đích nhập cư được cho là cao hơn. Các khóa học đào tạo nghề thường được coi là con đường để làm việc và nhập cư tại Úc. Quan điểm này có thể gây lo ngại về việc người du học có thể ở lại Úc quá lâu hoặc lạm dụng chương trình visa du học, dẫn đến tỷ lệ cấp visa thấp hơn cho đào tạo nghề.

Thứ hai, Chính phủ muốn đa dạng nguồn học sinh từ các nước hơn. Các tổ chức giáo dục đại học ở Úc trước đây phụ thuộc rất nhiều vào một số thị trường như Trung Quốc, Ấn Độ và Nepal. Những thị trường này đã trải qua những biến động và thách thức, có thể ảnh hưởng đến tỷ lệ chấp thuận thị thực. Đó là lý do tại sao hiện tại tỷ lệ này lại rất thấp ở các nước kể trên.

Bạn có biết tỷ lệ đậu của các hồ sơ học nghề từ Ấn Độ là bao nhiêu không?

Chỉ 3 – 6 %, tức là thấp hơn chúng ta gấp 10 – 20 lần.

Ngược lại, đây là cơ hội cho các học sinh đến từ Việt Nam chúng ta.

Chị váy đỏ tiếp tục kể lể rằng công ty của chị có hơn 20 năm kinh nghiệm làm hồ sơ du học, làm thủ tục visa. Thậm chí ông chủ của chị là Việt kiều Úc và đang mở trường dạy nghề bên đó để đón học sinh Việt Nam qua. Thế mà tỷ lệ visa năm nay lại rớt thê thảm.

Oliver trông hết sức bối rối, nhưng ông sớm lấy lại bình tĩnh, rồi nhẹ nhàng hỏi:

"Thưa chị, thế độ tuổi của học viên của bên mình thế nào nhỉ?"

"Đa dạng lắm ạ. Chủ yếu là người đã đi làm tại Việt Nam."

Nghe tới đó, tôi và Oliver nhìn nhau ngầm hiểu.

Rất nhiều người ở độ tuổi từ 24 – 35, có khi đã tốt nghiệp đại học tại Việt Nam, hay chính một số phụ huynh và học sinh mà tôi từng làm việc luôn có suy nghĩ qua đó là để đi làm, rồi kiếm cách ở lại bằng mọi giá.

"Chỉ cần kiếm ra tiền, đem về cho cha mẹ, thì bằng mọi cách em sẽ đi."

Đó là suy nghĩ đã tạo ra sự quyết tâm cho các bạn ấy. Suy nghĩ đó thực ra không có gì sai. Tuy nhiên, bạn có biết cách các nhân viên Văn phòng Thị thực sẽ đánh giá động cơ qua Úc đi học của bạn như thế nào không?

Họ muốn thấy trong hồ sơ, bạn học xong phải quay trở về Việt Nam, và bạn cần phải có bằng chứng rõ ràng cho kế hoạch này. Thông qua bài luận Genuine Temporary Entrant

(GTE)[13], bạn phải chứng minh rằng bạn có ý định thực sự du học tại Úc trong thời gian nhất định và có mục đích học tập rõ ràng.

Nếu tuổi đời trên 25, thay vì tham gia các khóa đào tạo tại trường nghề, bạn có thể tham gia chương trình đào tạo mà doanh nghiệp tại Úc để cử theo Visa 407 (Training visa – subclass 407).

Visa tay nghề 407 của Chính phủ Úc là một loại visa đào tạo giúp người lao động có cơ hội phát triển chuyên môn và nâng cao tay nghề tại Úc. Visa này cũng là một bước đệm quan trọng để định cư, học tập và làm việc lâu dài tại Úc.

Thay vì thể hiện mình qua GTE, thì bạn cần được bảo lãnh bởi một doanh nghiệp bảo trợ tạm thời (Temporary Activities Sponsor – TAS), theo visa này thì hồ sơ của bạn sẽ mạnh hơn nhiều.

---

13 Gần đây là GET – Genuine Student test – chi tiết sẽ cập nhật ở mã QR code ở cuối sách.

# Câu chuyện về Sơn

Sơn sinh ra trên những ruộng cà phê bạt ngàn ở một phố núi Tây Nguyên. Ngoài giờ đi học, cậu phụ giúp gia đình công việc nương rẫy. Cuộc sống trên những con đường nhỏ ở một thị trấn phố núi dần trở nên chật hẹp với cậu học trò cấp 3 đầy ước mơ và khát vọng chinh phục chân trời mới như Sơn.

Đó là động lực để Sơn theo bước của các anh chị đi trước trong huyện, khi biết đến con đường du học nghề này. Nhưng mọi thứ không diễn ra suôn sẻ như Sơn tưởng.

Qua lời hướng dẫn của đơn vị tư vấn, anh đã đóng phí đặt cọc bằng một nửa số tiền học phí trong 2 năm cho một trường bên Úc. Tháng 10 năm 2023, trường đã cấp thư mời nhập học, chỉ còn thiếu visa nữa là Sơn sẽ thực hiện được ước mơ du học.

Trước đó, ba mẹ Sơn đã lên xã, xin đầy đủ các giấy tờ xác nhận từ hợp tác xã về việc mua bán hạt cà phê từ các rẫy cà phê của gia đình, đều đặn qua các năm, nhằm chứng minh thu nhập. Và số tiền giao dịch này không hề nhỏ, nên gia đình tin chắc khả năng đỗ visa sẽ rất cao.

Đêm đêm, Sơn ngồi trước máy tính, theo dõi email nhưng không thấy thông báo chấp nhận hồ sơ. Cho đến một ngày tháng 10 năm 2023, Sơn nhận được thông báo chính thức từ văn phòng Thị Thực: visa bị từ chối vì lý do tài chính.

Nguyên do là vì Sơn và gia đình không thể chứng minh đó là nguồn thu nhập đều đặn, vì tiền không được thể hiện qua ngân hàng. Chính điểm này khiến cơ quan di trú, đơn vị cấp visa nghi ngờ năng lực cả gia đình trong việc chi trả cho việc học của Sơn.

Sơn cảm giác bất lực như một con người trôi dạt giữa biển cả cuộc đời.

Sơn đã tham gia các hội nhóm chia sẻ kinh nghiệm xin visa Úc trên facebook nhằm mong có cách. Rất nhiều người nói, nếu hồ sơ đã bị từ chối thì rất khó để có thể thay đổi kết quả từ Bộ Di Trú. Sơn chỉ có cách lấy lại tiền cọc học phí đã đóng từ trường. Nhưng chẳng lẽ ước mơ du học lại phải dừng lại ngay khi mới nhen nhóm?

# Chuẩn bị tốt, sẽ thành công

Trâm và Sơn, cùng là hai bạn trẻ chọn học ngành quản lý bếp và nhà hàng khách sạn.

Sơn, chàng trai đến từ phố núi Tây Nguyên mang trong mình ước mơ du học. Gia đình đã rất nỗ lực, để giúp anh thực hiện ước mơ, nhưng sự chuẩn bị chưa tốt trong hồ sơ xin visa đã khiến kế hoạch ấy đổ bể.

Ngược lại, Trâm trở thành một trường hợp thành công điển hình, một ứng viên sáng giá, lọt vào tâm trí của những nhân viên ở văn phòng cấp thị thực.

Điểm khác biệt quan trọng giữa Trâm và Sơn chính là cách họ trình bày mục tiêu và kế hoạch của mình. Trâm, với chiếc GTE của mình dày 16 trang, trả lời chi tiết 32 câu hỏi, tập trung chứng minh mình là ứng viên có động cơ học tập mạnh mẽ và có kế hoạch quay về Việt Nam để phát triển sự nghiệp.

Trong khi Trâm tận dụng mỗi dòng văn, mỗi số liệu để thuyết phục về sự nghiêm túc và chiến lược của mình, Sơn lại chỉ gửi một bức thư sơ sài, ngắn gọn chỉ có 3 trang. Thậm chí, GTE của Sơn không đặt ra được những cơ sở vững chắc về việc tại sao lại đến Úc học và áp dụng kiến thức được học khi trở về nước.

Điều quan trọng thứ hai là sự tận dụng thông tin và mức đầu tư của mỗi người. Trâm thông minh khi giới thiệu chương trình học tại Úc và làm thế nào nó sẽ giúp ích cho mục tiêu quay về nước và phát triển sự nghiệp. Ngược lại, Sơn chưa thể thuyết phục được về mức thu nhập và chi phí học tập của mình, tạo ra nghi ngờ về động cơ thực sự của anh.

Trong khi Trâm liên kết chi tiết lợi ích với mục tiêu cá nhân, Sơn chỉ nói về ước mơ về việc mở nhà hàng, nhưng không có bằng chứng hay kế hoạch cụ thể. Sự chênh lệch giữa cách mà họ thực hiện mục tiêu đã tạo ra một khoảng trống lớn trong tâm trí quan chức phòng Thị Thực.

Cuối cùng, động cơ thực sự của Sơn đã trở thành nguyên nhân khiến nhân viên phòng Thị Thực này nghi ngờ. Sơn không thể chứng minh rằng động cơ học tập của anh là vì chất lượng chương trình Úc, mà có thể vì những động cơ khác, như mong muốn ở lại làm việc.

Kết luận, trong cuộc đua giữa Trâm và Sơn, Trâm đã chiến thắng bằng chiến lược thông minh, sự tỉ mỉ, chi tiết và hiểu biết sâu sắc về chính mình. Mặc dù ước mơ có thể là bản đỗ, nhưng chỉ có kế hoạch cụ thể mới là chiếc phao cứu sinh giúp ta đến đích.

Thông qua câu chuyện này, tôi khuyến khích bạn hãy có động cơ học tập thật rõ ràng, đặc biệt khi còn trẻ. Một môi trường đào tạo uy tín, một bằng cấp quốc tế được công nhận, sẽ mở ra cánh cửa cho tương lai rộng lớn, và nhiều cơ hội. Tập trung vào việc học tốt là điều quan trọng nhất, trước khi bạn nghĩ đến việc ở lại và kiếm tiền khi du học nước ngoài.

Bạn thấy đấy, tỷ lệ đậu visa thấp là điểm yếu, nhưng nếu biết cách làm nổi bật động cơ học tập và thể hiện được kế hoạch rõ ràng khi quay về Việt Nam và áp dụng kiến thức đã học, thì hồ sơ của bạn chắc chắn sẽ mạnh hơn rất nhiều.

**Lưu ý:** với những bạn từ độ tuổi 25 trở lên, thì bạn có thể lựa chọn giải pháp tham gia chương trình đào tạo mà doanh nghiệp tại Úc để cử theo visa đào tạo 407 – Training visa.

Nói chung, quyền quyết định đạt visa là thuộc về Văn phòng Thị thực, Bộ Nội Vụ Úc, nhưng với kinh nghiệm đã giúp đỡ nhiều người, tôi và cộng sự tin rằng với sự chuẩn bị kỹ lưỡng, bạn hoàn toàn có thể đạt mức 97%!

Khi có điều kiện, bạn đừng ngại liên hệ với tôi và các cộng sự. Chúng tôi sẽ giúp bạn tìm hiểu chi tiết hơn về cách đạt được tỷ lệ visa cao nhất khi đi du học nghề ở Úc bạn nhé.

Trong mã QR cuối sách, tôi cũng có chia sẻ bộ template mà các học sinh tôi giúp đỡ thành công đã sử dụng. Bạn nhớ tải về và áp dụng cho bản thân nhé.

Trước đó, tôi muốn bạn phải hiểu thật sự con đường này có phù hợp với mình hay không, và tìm ra một đích đến thật tối ưu cho tương lai của mình.

# Quyết định của anh Linh

Bạn có nhớ anh Linh, ông bố thông thái mà tôi kể ở phần I chứ?

Sau khi biết được những thông tin tôi chia sẻ, anh đã quay sang nhìn Ngân, rồi nói với tôi rất chân thành:

"Anh thấy người Việt mình khổ quá em à. Anh chỉ muốn con mình được trải nghiệm một tuổi trẻ sống động, đi đây đi đó, vì dù gì thì con gái cũng có một thời bay nhảy trước khi lấy chồng, chứ sau đó thì lại nhiều trách nhiệm, nên anh thấy chương trình này là không có lỗ khi đầu tư cho con."

Sau đó, anh cũng thật thà chia sẻ, phân tích cho con 3 ý rất hay, với con mắt của một người kinh doanh lâu năm trên thị trường:

Thứ nhất, với từng đó chi phí bỏ ra, riêng việc vốn tiếng Anh của bạn được rèn luyện trong môi trường quốc tế, đã là một cơ hội rất giá trị, và hiếm có ở Việt Nam.

Thứ hai, nếu muốn con mình tự lập và chịu trách nhiệm với cuộc sống của mình, thì việc được học ở một môi trường quốc tế là **một nền tảng rất quan trọng.**

Thứ ba, là một người đã tự lập và gây dựng sự nghiệp từ năm 18 tuổi, anh Linh luôn tin việc có trong tay một cái nghề cho chín, là thứ quan trọng hơn bằng cấp. Và du học nghề, với tính chất vừa học vừa làm, là một điều anh rất thích, bởi vì bản thân ở nhà Ngân đã phụ giúp gia đình trong việc kinh doanh và đón tiếp các du khách quốc tế.

Cuối cùng, anh Linh kể câu chuyện về James, một chàng người Mỹ sinh năm 1997 cách đây vài năm xin vào làm tiếp tân cho khách sạn của mình. James lúc đó đang gap year, giành 1 năm nghỉ ngơi sau khi học xong trung học.

James đi lang thang Đông Nam Á, chỗ nào thích thì ở vài tháng, tự đi làm kiếm tiền đi chơi tiếp. Trước khi được anh Linh phỏng vấn vào làm chỗ mình, anh chàng còn biết bán vé số nữa cơ. Hỏi ra mới biết anh chàng rủ cậu nhóc người Việt bán vé số cho Tây, chia nhau ra bán, chia tiền lãi vào mỗi chiều.

Anh Linh hỏi, "Cậu có lấy tiền của cha mẹ để ăn học hay sinh sống không?"

"Không, tiền của họ mà," James đáp. "Tiền mình làm ra thì mới có quyền xài. Lấy của người khác xài thì nhục chết."

Hỏi ra mới biết, James là người từ bang Iowa, học xong trung học thì đi Miami học cao đẳng du lịch vì thích phục vụ con người và thích biển. Ngoài vay tiền nhà nước đóng học phí, cậu còn tự làm thêm để có tiền ăn ở. Có khi James ngủ ở mấy chỗ công cộng, tốt nghiệp xong là đi chơi liền.

James đi được 20 nước rồi, và cảm thấy hơi xấu hổ với bạn bè vì... đi ít quá. Tụi bạn James còn đi cả Nam Cực và leo núi Himalaya nữa cơ.

Tôi nghe câu chuyện của James, thấy các bạn trẻ nước ngoài tự lập rất sớm, và đặc biệt họ rất coi trọng những trải nghiệm tuổi trẻ.

Sau cùng anh Linh đã nói:

"Anh thấy đa phần các bạn nước ngoài tuổi như Ngân, đã tự tay xách ba lô lên và đi du lịch bằng chính tiền mà mình làm được, thì tại sao con mình lại không làm được em nhỉ?"

Tôi nghe câu hỏi đó mà cảm thấy anh Linh đúng là ông bố thông thái!

Ước gì hồi đó bố mẹ tôi cũng có suy nghĩ như vậy, ngay từ cấp 3, ngay khi 18 tuổi là tự chủ. Chứ không phải để đến khi tốt nghiệp đại học ra trường thì đã chậm rồi...

Như vậy, bạn đã khám phá được con đường mới để giúp mình thỏa mãn được ước mơ du học mà chi phí cũng rất tối ưu. Bạn có muốn thử sức không?

Vậy bạn cần thực hiện bước đầu tiên quan trọng nào để đến đích?

Hãy cùng lật trang để khám phá.

# ĐÍCH ĐẾN

## Chọn đúng nghề

Nếu đã đọc kỹ ở phần trước, bạn còn nhớ, theo thống kê của Bộ LĐ-TB&XH năm 2022, thì tỷ lệ sinh viên ra trường làm trái ngành lên tới bao nhiêu không?

Tới 60%!

Điều đó có nghĩa là, cứ 100 người ra trường, thì có tới 60 người sau đó cầm tấm bằng tốt nghiệp thơm phức như chiếc áo choàng siêu nhân. Tấm áo giúp họ bay tới cánh cửa sự nghiệp đang mở toang... và nhận ra sau đó không phải là bầu trời xanh hy vọng như tưởng tượng.

Thay vào đó, họ có thể thấy mây mù, họ thường xuyên đối mặt với "cơn gió" chán nghề, thậm chí là "cơn bão" thất nghiệp, mà đôi khi chiếc áo choàng làm từ tấm bằng đại học, cũng không thể bảo vệ họ khỏi những khó khăn thách thức.

"Mình sẽ phải làm gì đây?"

Đó là câu hỏi luôn thường trực, khiến những bạn trẻ này hoang mang.

Nhiều người trong số họ thử bắt đầu lại từ đầu, nhưng mỗi bước đi đều là một thách thức, nơi họ ngày ngày phải đối diện với con quái vật khổng lồ mang tên Thất Nghiệp.

Bạn có thể tưởng tượng họ đang cố gắng chiến đấu với nó bằng cách ném CV[14] như lựu đạn và chạy ra chạy vào buổi

---

14    Sơ yếu lý lịch của ứng viên

phỏng vấn như một chiến trường, mà bản đồ hướng dẫn chỉ là tờ giấy trắng trơn.

Bạn có từng trải qua cảm giác này?

Thật ra, để xác định được chính xác ngành nghề tối ưu cho bạn trong tương lai, thì với kinh nghiệm của mình, tôi có thể viết nguyên một quyển sách dày vài trăm trang, với khá nhiều bước. Tuy nhiên trong khuôn khổ cuốn sách này, bạn sẽ được bật mí những bước quan trọng nhất mà bạn có thể làm từ sớm ngay bây giờ, làm bàn đạp cho ước mơ học ở Tây với phí rất Ta trong tương lai.

# Câu chuyện và lựa chọn của Trâm

Với lực học tốt, điểm trung bình các môn là 8.8, Trâm có khá nhiều lựa chọn đại học trong nước. Bạn ấy muốn học kinh doanh quốc tế vì luôn mơ giống dì Liên: làm công ty đa quốc gia, trong mảng xuất nhập khẩu, được đi đây đi đó...

Tuy nhiên, dì Liên gạt đi: "Phải học cái ngành gì mà thị trường đang thiếu hụt kìa."

Thế là sau rất nhiều cân nhắc, và theo ý dì, Trâm chọn học Hệ thống quản lý thông tin tại đại học Ngân hàng. Đây là sự kết hợp giữa hệ thống thông tin và quản lý.

Nhìn xem, một ngân hàng với hàng chục ngàn nhân viên, hàng trăm chi nhánh, quản lý hàng trăm ngàn tỷ, với hàng triệu giao dịch phát sinh mỗi ngày, người ta phải cần quản trị điều hành một hệ thống khổng lồ và phức tạp đó như thế nào?

Lúc đó, Trâm sẽ dễ dàng tìm được một công việc lương cao với tấm bằng quản lý thông tin trong tay.

Sau khi tốt nghiệp, một số công việc Trâm có thể làm là Quản trị viên hệ thống thông tin (admin), Chuyên viên phân tích và thiết kế hệ thống, Chuyên viên kiểm thử hệ thống, Chuyên viên hỗ trợ kỹ thuật, Chuyên viên lập trình,...

Nghe thật là hứa hẹn phải không nào?

Thực ra, dì Liên nói không sai, vì Bill Gate cũng đã nghĩ như dì từ năm 1999 rồi. Ông đã từng nói:

"Công nghệ thông tin và kinh doanh là hai lĩnh vực không thể tách rời nhau, không thể nói đến công nghệ thông tin mà không nói đến kinh doanh và ngược lại".

Nhà toán học nổi tiếng người Anh Clive Humby cũng từng nói vào năm 2006: "Data is a new oil." Tạm dịch: Dữ liệu là loại dầu mỏ mới.

Các bậc vĩ nhân ấy nói thì cấm có sai. Với tầm nhìn to lớn của mình, họ luôn biết ngành, gì việc gì là hot trong tương lai.

Chỉ là... họ không biết Trâm thôi.

Liệu Trâm có thích ngành này không? Tính cách và năng lực của em có phù hợp hay không? Hay là em ấy sẽ lại rơi vào 60% kia, những chiến binh với tấm áo choàng là tấm bằng đại học, xông pha trận mạc "trái ngành trái nghề"?

Người lớn chúng ta hay bỏ qua yếu tố hết sức quan trọng này. Chẳng ai mong đầu tư bao nhiêu thời gian tiền bạc để học kỹ sư, kinh doanh, bác sĩ hay giờ là quản lý thông tin, đang và được dự đoán là sẽ hot trong tương lai, nhưng sau đó lại tự hỏi: Lựa chọn ấy có phù hợp?

"Ôi học gì mà chẳng được. Quan trọng là ra kiếm được việc làm lương cao."

Bạn nghe câu nói đó quen không?

Đây là một quan điểm cực kỳ sai lầm từ nhiều bậc phụ huynh. Miệng thì nói như vậy, nhưng khi nghe phong phanh sắp tới một ngành nào đó có nhu cầu tuyển dụng cao, thì mặc nhiên sẽ quyết định cho con em của mình học những ngành nghề này.

Thực tế cho thấy, nhiều bạn khi đi theo quyết định của bố mẹ đã phải làm việc trong đau khổ, mà ước rằng mình có định hướng từ ban đầu tốt hơn, nên cuối cùng đã quyết định rẽ ngang...

Trong vai trò của người con, dù biết bố mẹ rất yêu quý mình, nhưng bạn chắc chắn không muốn điều đó xảy ra với mình đúng không?

Tuy nhiên, việc chọn nghề là việc cả đời. Bạn ra trường làm việc, lương cao vậy đó, nhưng liệu bạn có hạnh phúc với lựa chọn của mình?

Đó là chính là lý do mà tôi khuyến khích cả Trâm và dì Liên hãy cùng ngồi lại, dành thời gian để làm bài test về định hướng nghề SKALE Best Choice, dựa trên bài test RIASEC do John L.Holland (1919 – 2008), một tiến sỹ tâm lý học người Mỹ. Ông được biết đến rộng rãi qua nhiều nghiên cứu về lựa chọn nghề nghiệp.

Mô hình lý thuyết nghề nghiệp của John Holland đã được sử dụng trong thực tiễn hướng nghiệp tại nhiều nước trên thế giới và được đánh giá rất cao về tính chính xác trong việc khám phá, lựa chọn ngành, nghề phù hợp tính cách, sở thích của bản thân.

Học thuyết của John Holland đã lập luận rằng: "Thiên hướng nghề nghiệp chính là sự biểu hiện cá tính của mỗi con người" và nó được phân loại thành 6 nhóm và được diễn tả ở hai phương diện: tính cách con người và môi trường làm việc.

Ảnh: 6 Nhóm tính cách theo Lý thuyết mật mã Holland

# Bước #1 – Bài test nghề nghiệp

Bài test này giúp bạn tìm ra được một ngành nghề phù hợp nhất với mình dựa trên sáu chỉ số (index) sau:

**1) Realistic (Kỹ thuật):** Thích các công việc có thực tiễn, các vấn đề xuất hiện cụ thể và có câu trả lời; họ thích làm việc liên quan đến động, thực vật; vật liệu trong thế giới thực như gỗ, công cụ và máy móc; công việc bên ngoài. Họ không thích các nghề liên quan đến giấy tờ hay đòi hỏi giao tiếp nhiều với người khác.

**2) Investigative (Khảo cứu):** Thích công việc liên quan đến ý tưởng và suy nghĩ; thích tìm kiếm cho ra sự thật; tìm ra vấn đề. Họ không thích các hoạt động thể chất hoặc lãnh đạo mọi người.

**3) Artistic (Nghệ thuật):** Thích công việc liên quan đến các khía cạnh khác nhau của nghệ thuật, chẳng hạn như diễn xuất, âm nhạc, mỹ thuật và thiết kế. Họ không thích các công việc cần tuân theo quy tắc.

**4) Social (Xã hội):** Thích làm việc với những người khác để giúp đỡ họ học hỏi và phát triển. Họ thích làm việc với mọi người; thích giảng dạy; đưa ra lời khuyên; giúp đỡ và phục vụ người khác. Họ không thích làm việc với đồ vật, máy móc hoặc thông tin.

**5) Enterprising (Quản lý):** Dám nghĩ dám làm, thích công việc liên quan đến khởi nghiệp, thuyết phục và lãnh đạo mọi người; đưa ra quyết định; chấp nhận rủi ro vì lợi nhuận, và thực hiện các dự án kinh doanh. Họ không thích suy nghĩ nhiều về mọi thứ.

**6) Conventional (Nghiệp vụ):** Thích làm công việc mang tính truyền thống, thích làm theo thủ tục quy định sẵn và làm theo thói quen. Họ thích làm việc với thông tin và chú ý đến chi tiết. Họ không thích làm việc với ý tưởng.

Bạn có để ý chính 6 chữ cái đầu tiên của các chữ trên đã tạo ra tên bộ test RIASEC này chứ?

Mỗi chỉ số có 1 đến 2 điểm số cao nhất sẽ tương ứng với 1 danh sách hơn 10 ngành nghề mà người làm bài Test được tiên đoán là thành công nhất.

Bạn có thể quét mã QR code dưới đây, để nhận bài test miễn phí được Việt hóa bởi SKALE Best Choice. Đặc biệt, bạn cũng sẽ có thể được chuyên gia nhân sự tư vấn nhóm 3 công việc phù hợp với bạn nhất!

Thế nào, bạn đã làm thử chưa?

Những câu hỏi thật đơn giản mà thú vị phải không?

Ở cuối sách có thông tin liên hệ với tôi nếu bạn cần tư vấn thêm. Còn bây giờ, chúng ta hãy cùng phân tích kết quả của Trâm và Ngân nhé.

# Kết quả của Trâm

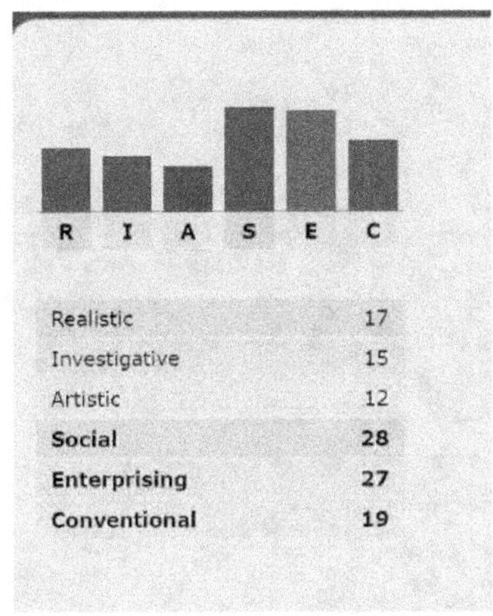

Ảnh: Kết quả Bài kiểm tra Định hướng nghề SKALE Best Choice của Trâm

Trâm có điểm số E và S cao nhất, cô bạn thích kinh doanh và là mẫu người quản lý, không thích làm việc với những con số. Nên theo đó, việc chọn nghề cho Trâm như ý dì Liên sẽ không hợp lắm.

Sau khi xem kết quả test của Trâm, dì Liên thốt lên:

"Em phải làm test ngay! Ôi, em hơn 30 tuổi rồi, công việc cũng có thành tựu,  người ngoài nhìn vào thì ngưỡng mộ, nhưng em còn không biết em thích gì đây."

Ngay sau đó, dì háo hức gửi tôi màn hình kết quả mình làm test.

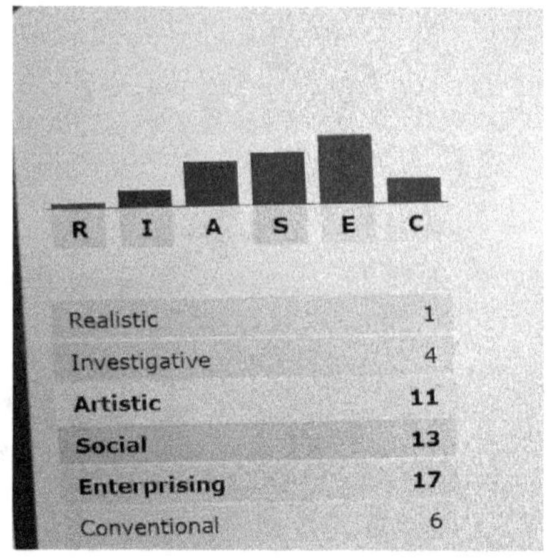


Ảnh: Kết quả Bài kiểm tra Định hướng nghề SKALE Best Choice của Dì Liên

Kết quả cho thấy, dì có sở thích kinh doanh mạnh mẽ hơn là làm công việc chuyên môn hậu cần, xuất nhập khẩu vốn mang tính nghiệp vụ, quy trình như hiện tại.

Nghe thế, tôi tưởng tượng, sếp của dì mà thấy kết quả này có khi phải nghĩ lại liệu có nên tăng lương hay đề bạt tăng cấp cho dì hay không.

Vì sau đó, dì Liên mặt tươi rói, nhìn tôi như thể muốn nói, *"Em sẽ sớm mở nhiều tiệm bánh bèo Bình Định công thức gia truyền từ thời mẹ em!"*

Với người lớn như chúng ta, đôi khi việc lựa chọn nghề nghiệp còn có nhiều va vấp, huống gì là các bạn trẻ.

Rõ ràng một quyết định nghề nghiệp không thể chọn vội vã hay chọn đại theo chủ quan của bản thân hay việc nghe thiên hạ nói, đúng không bạn?

# Kết quả của Ngân

Thế còn Ngân, con anh Linh, với bài test này, hãy xem Ngân là người có tính cách, phù hợp với ngành nghề gì bạn nhé.

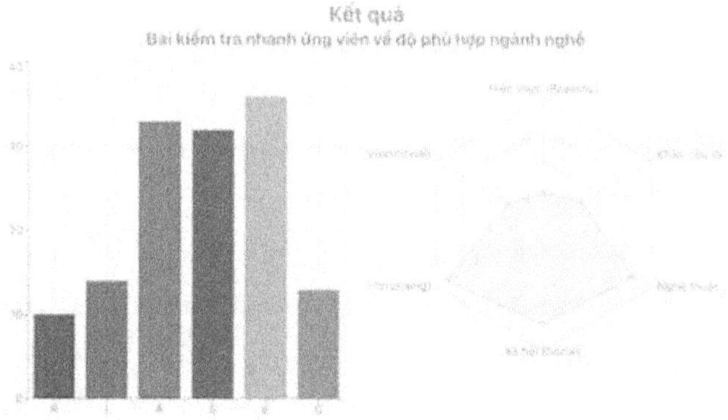

Ảnh: Kết quả Bài kiểm tra Định hướng nghề SKALE Best Choice của Ngân

Theo đó, Ngân phù hợp với nhóm ngành EA, thiên về kinh doanh và kết hợp yếu tố nghệ thuật.

Thực tế tôi thấy, Ngân có tố chất kinh doanh do ảnh hưởng của gia đình vốn dĩ kinh doanh lĩnh vực khách sạn nhiều năm.

Sau đó, từ nhóm các ngành được gợi ý, cả nhà đã cùng ngồi lại để chọn ra 2 nhóm ngành phù hợp với tính cách, sở thích cũng như định hướng của gia đình.

Đó là ngành Quản lý nhà hàng khách sạn và Chuyên viên Truyền thông Marketing.

Anh Linh đang phân vân ở hai ngành này, bởi vì theo anh, không phải chỉ chọn nghề cho ngày hôm nay, mà đang chọn cái nghề cho xu hướng làm việc tương lai.

Với ngành quản lý nhà hàng, khách sạn thì nó là một nghề truyền thống, luôn có nhu cầu, và bản thân gia đình cũng đang kinh doanh trong lĩnh vực này, nên sẽ rất thuận lợi cho Ngân trong hai việc:

Một là, thuyết phục Đại sứ quán Úc cấp thị thực visa du học. Như bạn đã biết, không phải ai đăng ký đi du học cũng được chấp thuận, và tỷ lệ đạt visa trung bình cho mảng du học nghề này chỉ là 62,9% hoặc thấp hơn.

Hai là, Ngân học xong có thể kế tục và phát triển công việc kinh doanh của gia đình sau này nếu muốn.

Tuy nhiên, anh Linh lại có suy nghĩ là sau này tất cả mọi hoạt động kinh doanh đều được triển khai online, nên anh hơi nghiêng về nghề quản lý quảng cáo và khuyến mại, hoặc về marketing và bán hàng. Ví dụ học ngành này ra thì mình có thể làm trong nhiều lĩnh vực khác nhau, có thể kinh doanh nhiều sản phẩm, nhiều mặt hàng khác nhau.

Anh xin lời khuyên của tôi. Vậy tôi đã làm gì để đưa ra lời khuyên tối ưu nhất cho hai bố con anh?

Hãy cùng khám phá bước #2.

# Bước #2 – Xây bản đồ nghề

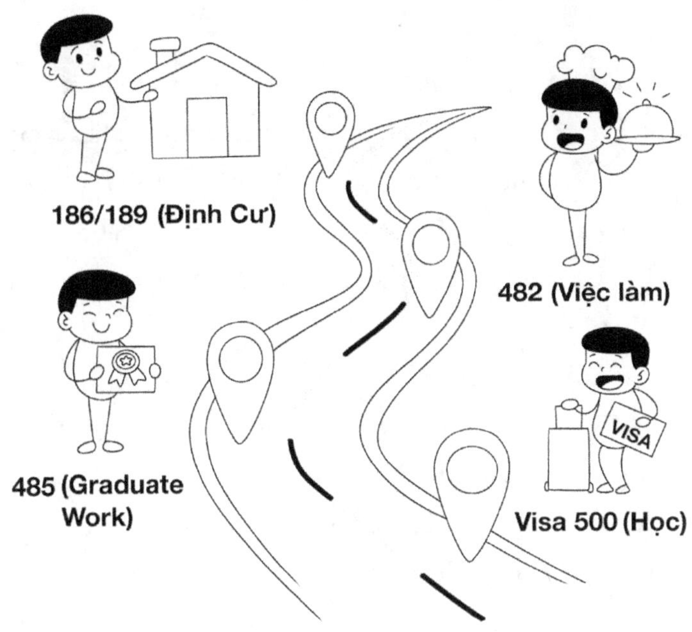

## Bước 2.1 – Tìm và khớp ngành

Hãy thử tua nhanh thời gian một chút, đi tới 2 – 3 năm sau khi Ngân học xong: đích đến. Chúng ta hãy cùng xem, trong tương lai ngành nghề mà hai bố con lăn tăn sẽ có nhu cầu công việc như thế nào.

Lúc này, hãy lấy thử thị trường lao động ở Úc, bởi vì ít nhất chúng ta sẽ đồng ý là Ngân học ở nước nào thì khả năng tìm việc và gia nhập thị trường lao động tại nước đó sẽ rất cao.

Sau khi ra trường, với kiến thức và kỹ năng học được, bạn cần xem xét theo bộ kỹ năng ANZSCO, giúp bạn theo sát yêu cầu tuyển dụng của thị trường lao động.

**ANZSCO là gì?**

ANZSCO là một hệ thống phân loại nghề nghiệp dựa trên cấp độ kỹ năng cần thiết ở Úc và New Zealand. Bạn có thể tưởng tượng nó giống như trò chơi xếp hình Lego. Mỗi khối Lego đại diện cho một kỹ năng, và cách sắp xếp chúng sẽ tạo ra một ngành nghề. Lúc này, tùy vào mức độ phức tạp của từng hình thù hay ngành nghề, mà ta sẽ có các khuôn khổ tiêu chuẩn hóa để đánh giá những yêu cầu, kỹ năng của các vai trò công việc khác nhau trong những ngành khác nhau.

Các cấp độ kỹ năng trong ANZSCO được xác định dựa trên một số yếu tố, bao gồm giáo dục và đào tạo chính quy, kinh nghiệm trước đây và đào tạo tại chỗ. Mỗi cấp độ kỹ năng tương ứng với trình độ chuyên môn và ngưỡng kinh nghiệm cụ thể, giúp đánh giá năng lực và sự phù hợp của một cá nhân đối với một nghề cụ thể.

Các cấp độ kỹ năng trong ANZSCO giống như một mô hình lego lớn, phải xếp theo nhiều tầng thì mới hoàn thiện, với mỗi tầng đại diện cho một cấp độ kỹ năng khác nhau. Tầng thấp nhất thường là những công việc đơn giản và cơ bản, như là lắp bộ khung cho một mô hình lego (bậc 1), còn tầng cao nhất chứa những công việc phức tạp và đòi hỏi kỹ năng cao, như là lắp các bộ phận chi tiết trong mô hình (bậc 5).

| Cấp độ | Bằng cấp Yêu Cầu | Mô tả công việc |
|---|---|---|
| 1 | Bằng Cử nhân hoặc bằng cấp cao hơn | Chuyên môn và quản lý cấp cao như CEO, Tổng giám đốc và nhà lập pháp |
| 2 | Bằng Cao Đẳng trở lên | Chuyên môn và quản lý cấp trung như chuyên gia quản lý trong lĩnh vực quảng cáo, xây dựng, công nghệ thông tin, v.v. |
| 3 | Chứng chỉ AQF III cộng với 2 năm đào tạo tại chỗ hoặc Chứng chỉ AQF IV hoặc ít nhất 3 năm kinh nghiệm liên quan | Chuyên môn và quản lý cấp trung như quản lý khách sạn, bán lẻ và dịch vụ |
| 4 | Chứng chỉ AQF II hoặc ít nhất một năm kinh nghiệm liên quan | Trình độ học vấn trung cấp và kỹ năng chuyên môn, bao gồm các công việc như kỹ thuật viên, nhân viên văn phòng, kỹ sư, v.v. |
| 5 | Chứng chỉ AQF I hoặc giáo dục trung học bắt buộc | Trình độ học vấn trung cấp và kỹ năng chuyên môn, bao gồm các công việc như thợ xây, thợ điện, thợ sửa chữa ô tô, v.v. |

Chúng ta  hãy lần lượt, xem xét khả năng tìm việc của ngành quảng cáo (advertising), tiếp thị trực tuyến (digital marketing), và quản lý sự kiện (event), bằng các từ khóa tiếng Anh nhé.

| NS – No shortage | Nhu cầu không thiếu. |
|---|---|
| S – Shortage | Nhu cầu đang thiếu. |

Công cụ này, còn thể hiện mức độ thiếu hụt nhân lực tại các bang ở Úc và trên toàn lãnh thổ. Quan trọng là còn giúp cho người xem thấy được nhu cầu tương lai ở ba mức mạnh, vừa, ít.

Ngành quảng cáo (advertising)

Ảnh: Nhu cầu lao động ngành Quảng cáo tại Úc
theo các bang và trên toàn lãnh thổ

Ngành liên quan đến tiếp thị/ tiếp thị trực tuyến (digital marketing)

Ảnh: Nhu cầu lao động nhóm ngành Tiếp thị/Tiếp thị trực tuyến tại Úc theo các bang và trên toàn lãnh thổ

## Ngành tổ chức sự kiện (event)

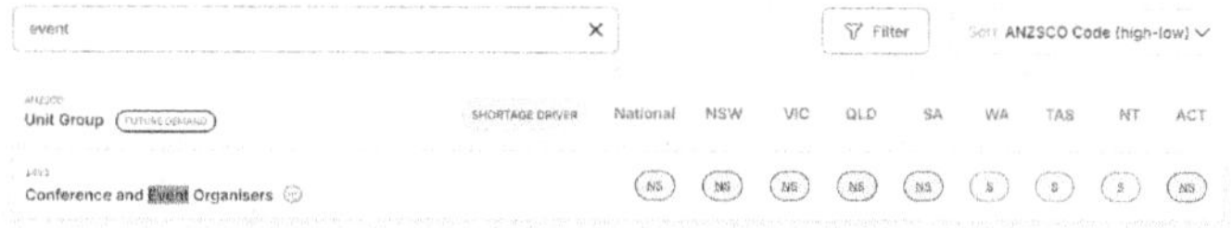

Ảnh: Nhu cầu lao động ngành Tổ chức sự kiện tại Úc theo các bang và trên toàn lãnh thổ

Như vậy trong nhóm ngành này chuyên viên Tiếp Thị (Marketing Specialist) là đang thiếu hụt trên tất cả các bang, ngoại trừ Bắc Úc, và nhu cầu tương lai là vừa phải, nên Ngân sẽ có khả năng cạnh tranh.

Tuy nhiên, nhóm ngành này được tính là nhóm ngành kỹ năng tay nghề cao bậc 1 trong hệ thống Kỹ Năng & Nghề chiến lược Úc.

Việc đòi hỏi về khả năng ngôn ngữ và giao tiếp là rất cao, trong khi tiếng Anh của bạn chỉ dừng lại ở mức rất cơ bản, và chưa có nhiều cọ xát. Ngân cần thêm thời gian, tối thiểu 1 năm để làm quen với môi trường và ngôn ngữ.

Từ Khảo sát lực lượng lao động Labor Force Survey ABS của chính phủ Úc, ngành này sẽ cần thêm 9.200 vị trí đến năm 2026, thời điểm Ngân sẽ ra trường.

Ảnh: Dự báo nhu cầu lao động ngành Quảng cáo tại Úc năm 2026

Về mặt ngôn ngữ, việc giao tiếp tiếng Anh lưu loát, so với các bạn Philippines hoặc Ấn Độ, thì người Việt thường hạn chế hơn. Lý do đơn giản, tiếng Anh là ngôn ngữ thứ nhất của họ, được làm quen từ khi sinh ra, còn Việt Nam thì tiếng Anh chỉ là ngoại ngữ, thời gian tiếp xúc từ sớm còn ít.

# Bước 2.2 – Đánh giá và cân nhắc: Muốn chưa chắc đủ

Ở bước này, chúng ta cùng cân nhắc xem là ngoài mong muốn của bản thân thì thực lực của mình đã đáp ứng đủ để theo đuổi con đường đã chọn chưa?

Hãy thử xem xét nhóm ngành nghề thứ hai: Bếp (Chef) và Quản lý nhà hàng – khách sạn (Hotel).

Ảnh: Nhu cầu lao động nhóm ngành Bếp và Quản lý nhà hàng – khách sạn tại Úc theo các bang và trên toàn lãnh thổ

Rõ ràng bạn nhìn thấy, nhu cầu về nghề này hiện tại đang thiếu hụt ở các bang, và dự báo trong tương lai nhu cầu này vẫn sẽ duy trì ở đó mức đó.

Lộ trình của Ngân là học nghề bếp, sau đó sẽ học chứng chỉ cao đẳng về quản lý nhà hàng, khách sạn. Chứng chỉ này sẽ cho phép bạn ấy có thể giữ các vị trí quản lý như Đầu bếp chính nếu bạn muốn đi vào chuyên môn, hay vị trí bao quát, nắm một đội ngũ bên dưới, như Quản lý một nhà hàng hay Quản lý khách sạn. Sau khi tốt nghiệp, Ngân hoàn toàn có thể có một công việc tốt tại Úc vào năm 2026, với hơn 11.200 cơ hội việc làm.

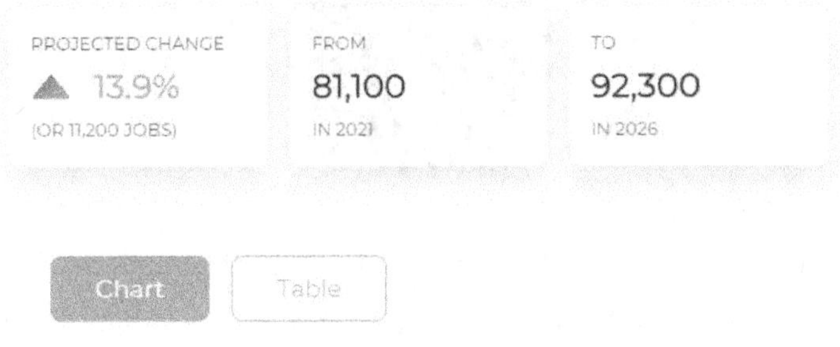



Ảnh: Dự báo nhu cầu lao động ngành nghề Quản lý nhà hàng – khách sạn tại Úc năm 2026

Tuy công việc bếp này chỉ thuộc cấp độ 2 và 3, nhưng với một bạn trẻ thì đây sẽ là bước đi thông minh, làm bàn đạp giúp Ngân dễ dàng bắt đầu cuộc sống học tập và làm việc tại Úc. Từ đây, sau một năm, Ngân hoàn toàn có thể học thêm các chứng chỉ về Tiếp thị, quản lý sự kiện sau khi có vốn ngôn ngữ và giao tiếp tốt, giúp nâng cấp kỹ năng của mình lên cấp độ 1.

Có thể bạn tự hỏi làm thế nào để có được những số liệu trên?

Câu trả lời là tổng hợp từ các trang web của Ủy ban Kỹ năng Quốc gia (NSC).

Nếu bạn cảm thấy hơi khó sử dụng thì nhớ quét mã QR cuối sách. Tôi cũng thực hiện một **clip hướng dẫn chi tiết** cách thức tìm kiếm và sử dụng những thông tin bổ ích này đấy.

NSC đóng một vai trò quan trọng trong việc cung cấp lời khuyên và hướng dẫn về thị trường lao động của Úc. Cơ quan này đặc biệt quan tâm đến nhu cầu về kỹ năng của lực lượng lao động hiện tại, những thay đổi mới nổi, và những nhu cầu kỹ năng dự kiến trong tương lai. Họ có vai trò quan trọng trong việc đơn giản hóa và củng cố hệ thống Giáo dục và Đào tạo nghề (VET) của Australia.

Thị trường lao động Úc có tác động lớn đến cuộc sống của mọi người tại đất nước này. Việc hiểu rõ về những công việc đang có nhu cầu và những kỹ năng cần thiết để thực hiện các công việc đó là vô cùng quan trọng. Điều này giúp tạo ra nhiều cơ hội việc làm hơn cho người dân Úc và đồng thời xây dựng nền kinh tế mạnh mẽ và bền vững cho tương lai.

Nếu bạn muốn tìm hiểu ở thị trường Hoa Kỳ, thì trang web My Next Move sẽ là một công cụ hữu ích tương tự. Trang web được phát triển và duy trì bởi Trung tâm Phát triển O*NET, dưới sự tài trợ của Bộ Lao động và Đào tạo Hoa Kỳ thông qua một khoản tài trợ cho Sở Thương mại Bắc Carolina.

My Next Move là một trang web hữu ích giúp bạn trẻ tìm ra công việc phù hợp với năng lực và sở thích của mình. Trang web cung cấp thông tin chi tiết về hơn 900 nghề nghiệp khác nhau, yêu cầu tuyển dụng (bằng cấp giáo dục cho từng nghề nghiệp), mức lương trung bình.

Ngoài ra, trang web còn cung cấp dự báo về tình hình việc làm trong tương lai, bao gồm thông tin về tăng trưởng và số lượng việc làm dự kiến.

Bạn có thể tìm kiếm công việc dựa trên sở thích, kỹ năng, bằng cấp. Đặc biệt, trang web có công cụ tương thích nghề nghiệp giúp bạn tìm ra những công việc phù hợp với bản thân. Nếu bạn quan tâm tới Hoa Kỳ, thì hãy truy cập ngay My Next Move để khám phá cơ hội nghề nghiệp lý tưởng cho bạn nhé.

Ví dụ dưới đây là thông tin chi tiết công việc Telemarketers (chuyên viên tiếp thị qua điện thoại), về yêu cầu trình độ và bộ kỹ năng cần trang bị, video thể hiện giải thích về ngành nghề cũng như mức lương trung bình và nhu cầu tuyển dụng trong tương lai.

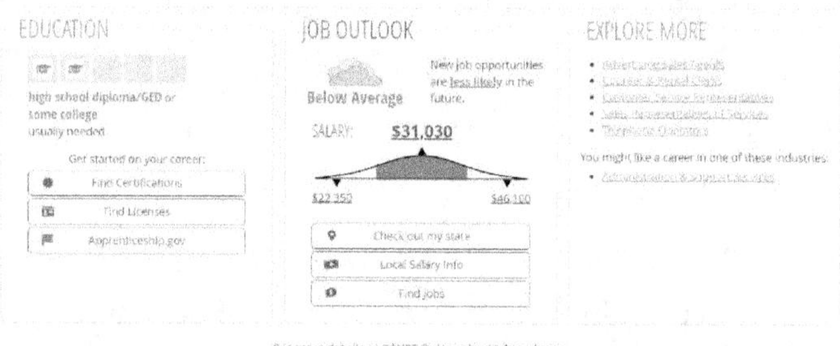



Ảnh: Thống kê Mức lương trung bình, Yêu cầu trình độ và Nhu cầu tuyển dụng nghề Chuyên viên tiếp thị qua điện thoại tại Hoa Kỳ

Bạn thấy đấy, thật tuyệt vời phải không?

Còn ở Canada và châu Âu, cũng như các nước khác, kiểu gì cũng sẽ có các trang tương tự. Bạn có thể chủ động tìm hiểu thêm, hoặc tham gia vào cộng đồng được tôi hỗ trợ, bạn sẽ luôn được cập nhật những thông tin mới nhất mà tôi tìm được cho bạn.

Đúng là thời đại thông tin, những thông tin bạn cần, đều có thể tìm thấy được, nếu bạn biết những địa chỉ uy tín.

## Một Thông Tin Quý Giá Cho Bạn

Đọc đến đây, bạn sẽ được bật mí thêm một thông tin quý giá để có thể lựa chọn các công việc đang có nhu cầu trên thị trường lao động Úc dành cho những người nước ngoài như chúng ta.

Đó là các thông tin đến từ Bộ Di Trú.

Hàng năm, chính phủ Úc chỉ mở một số lượng cơ hội việc làm nhất định cho người nước ngoài, và thông tin ở đây sẽ giúp bạn hiểu rõ hơn, giúp bạn chuẩn bị tốt hơn cho hành trình của mình. Vì có thể có nhiều thách thức và cơ hội, nên đừng bỏ qua phần này nếu bạn muốn có cái nhìn thực tế và chi tiết về việc tham gia thị trường lao động Úc.

Trang web chính thức của Bộ Di Trú Úc về nhu cầu lao động dành cho người nước ngoài là

https://immi.homeaffairs.gov.au/visas/working-in-australia/skill-occupation-list

Trang web này cung cấp thông tin về chiến lược nhập cư của Chính phủ Úc. Khi có được những thông tin này từ sớm, thì bạn có thể nắm bắt các thông tin về cơ hội việc làm và nhập cư tốt hơn.

Trang web cũng cung cấp thông tin về danh sách nghề nghiệp chuyên môn, danh sách Kỹ năng Chiến lược Trung và Dài hạn (MLTSSL), nghề nghiệp Kỹ thuật Ngắn hạn (STSOL), nghề nghiệp khu vực (ROL). Nhờ đó, bạn sẽ biết được những công việc yêu cầu tay nghề cao, nhưng đang thiếu hụt, và có thể nắm bắt cơ hội định cư Úc.

Không chỉ vậy, việc nắm rõ tiêu chí ứng tuyển, quy trình nộp hồ sơ xin thị thực và quốc tịch sẽ giúp bạn có sự chuẩn bị kỹ lưỡng và cơ hội thành công cao.

Nếu bạn gặp khó khăn trong việc tìm kiếm thông tin trên trang web của Bộ, bạn có thể sử dụng Trợ lý Điện tử của Bộ Nội Vụ để tìm kiếm thông tin về thị thực, quốc tịch và biên giới Úc. Truy cập trang web của Bộ Di Trú Úc và nhấp chuột vào nút "Đặt câu hỏi" để bắt đầu.

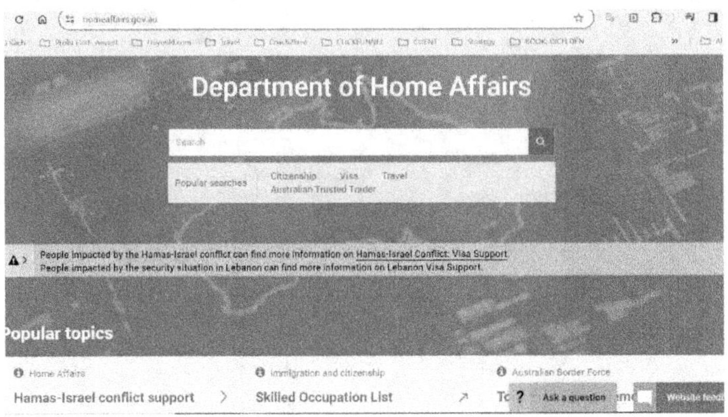


Ảnh: Trang web chính thức của Bộ Di Trú Úc

Bạn hoàn toàn có thể tự tham khảo và định hướng cho mình thông tin này, hoặc sử dụng các đơn vị tư vấn chuyên nghiệp về di trú cùng ngồi lại với họ để vạch ra một lộ trình từ 4 – 8 năm từ việc lựa chọn nghề cho đến việc đạt visa đi học, rồi visa đi làm và đến visa về định cư. **Để bạn dễ dàng tra cứu, tôi cũng đã cập nhật trong video phía trên các bước chi tiết.**

Thông tin về các loại visa làm việc thường xuyên thay đổi theo chính sách thị thực của mỗi nước, bạn có thể tự chủ động tìm hiểu hoặc theo dõi thông tin từ tôi để biết thêm nhé.

## Bước 2.3 – Xác định điểm ngọt

Tôi nhớ rõ ngày đó như in.

Ngày 7 tháng 7 năm 2023, tôi làm MC dẫn chương trình cho sự kiện "Đuốc sáng Đông Du" được tổ chức bởi Skale Works với mong muốn chia sẻ cho học sinh và phụ huynh cách xây dựng sự nghiệp tương lai vững vàng ở nước ngoài bằng con đường du học nghề và tiến tới định cư.

Chị Lệ đứng trước đám đông, ánh đèn rực vàng chiếu sáng khuôn mặt giàu kinh nghiệm của chị.

"Nếu muốn thành công," chị bắt đầu nói, "Điều quan trọng nhất không phải là nghề nghiệp bạn chọn, mà là tìm ra điểm ngọt của nó."

Tôi ngồi đó, mà thấy những ý tưởng chị nói "ngọt" thật, cứ như mật rót vào tai vậy.

Chị Lệ kể về hành trình sự nghiệp của mình, từ những bước đầu tiên chập chững cho đến khi trở thành một doanh nhân tài năng, lãnh đạo một đội ngũ hơn 26,000 nhân sự và vươn rộng tầm ảnh hưởng ra thế giới.

Chương trình "Đuốc sáng Đông Du" được chị khởi xướng từ những năm 2000 đã đưa hàng trăm tài năng Việt ra nước ngoài mỗi năm. Chị kể rằng ấn tượng nhất là năm 2010, chỉ trong 3 tháng học tiếng Anh và rèn luyện kỹ năng thuyết trình, hơn 30 kỹ sư Việt Nam trước đó vốn chỉ "giỏi nghề hơn giỏi tiếng", đã tự tin đi chuyển giao công nghệ tại các nước phát triển như Mỹ, Pháp hay Nhật Bản.

"Tôi nhìn thấy quyết tâm trong mắt họ," chị Lệ hồi tưởng. "Chính khát khao vươn lên, muốn phát triển bản thân để xây cho mình một sự nghiệp vững vàng ở nước ngoài, tôi tin, là điều đã khiến những người kỹ sư này cố gắng, phấn đấu."

Chị Lệ đã chia sẻ rất nhiều, nhưng điều mà tôi tò mò và ấn tượng nhất là khái niệm "điểm ngọt nghề nghiệp".

Từ chia sẻ của chị, tôi nhận ra điểm ngọt ở đây không chỉ là một công việc lý tưởng hay theo sở thích cá nhân. Nó là nơi mà sở thích của bạn gặp gỡ với nhu cầu thị trường, và là nơi bạn thể hiện đam mê, thế mạnh, kỹ năng của mình một cách rõ nét nhất với dấu ấn cá nhân.

Nếu tôi biết về khái niệm này sớm hơn, có lẽ tôi đã bớt gặp chông gai và đến đích nhanh chóng hơn nhiều.

Cách đấy vài năm, khi ở tuổi 30, lúc đó trong tôi là cuộc đấu tranh nội tâm dằn vặt.

"Đi hay ở lại?"

Bên phải tôi, bạn Huyền thích thử thách lên tiếng:

"Nghỉ việc đi! Công việc này có còn làm mình thích thú gì đâu. Bạn chịu được cuộc sống vô nghĩa, chán chường này sao?"

Bên trái tôi, bạn Huyền thích an toàn đáp lại:

"Nhưng nghỉ việc rồi thì lương đâu mà sống? Tôi sợ áp lực tài chính lắm. Ở tuổi này rồi, mình cần ổn định."

"Sống theo đam mê!" bạn Huyền thích thử thách nói. "Bạn không thấy khắp nơi người ta khuyến khích vậy sao? Tiền bạc có thể mua lại quãng thời gian bạn lãng phí vào cuộc sống chán chường đó hay không?"

Bạn Huyền thích an toàn chỉ im lặng...

Bạn có hiểu cảm giác chênh vênh, khó chịu của tôi lúc ấy không?

Bỏ đi thì sợ, ở lại thì chán.

Và đó là giây phút vỡ òa khi nghe chị Lệ nhắc tới khái niệm này. Vì tôi nhận ra với điểm ngọt nghề nghiệp, tôi sẽ không phải đấu tranh dữ dội như vậy. Tôi không buộc phải chọn giữa an toàn hay thử thách.

Sau buổi chia sẻ, tôi bắt đầu tìm kiếm điểm ngọt của mình. Tôi dành thời gian tự hỏi, *"Nếu tôi có thể làm bất cứ điều gì mình thích, làm nó tốt nhất và đồng thời mang lại giá trị cho người khác, đó sẽ là gì?"*

Đó không chỉ là việc chọn một công việc, mà là tìm kiếm sự kết hợp hoàn chỉnh giữa đam mê, thế mạnh, và nhu cầu thị trường.

Cuối cùng, tôi phát hiện ra rằng việc chia sẻ, việc giúp đỡ mọi người tìm ra đích đến, và những con đường tối ưu để tới được đó, mới là điểm ngọt của tôi. Tôi có thể kể những câu chuyện, tạo nên ảnh hưởng và đồng thời làm điều đó theo một cách riêng.

Bạn còn nhớ hành trình bão táp của tôi qua Singapore chứ?

Nếu tôi biết điểm ngọt của mình từ sớm, có thể mọi sự đã khác, tôi đã tự tin hơn trên con đường sự nghiệp ở tuổi 30 rồi. Tôi ước giá như ngay lúc còn trẻ, lúc mới 18, đôi mươi, có ai đó định hướng rõ ràng cho mình thì đã không mất hàng năm trời loay hoay.

Đó là động lực mạnh mẽ, khiến tôi viết cuốn sách này để các bạn trẻ như tôi lúc trước, không phải vì thiếu thông tin mà lựa chọn sai và gặp vô vàn khó khăn trên đường đời.

Chính điều đó khiến tôi nhận ra tầm quan trọng của việc hiểu rõ bản thân và kết nối với thị trường.

Tóm lại, điểm ngọt nghề nghiệp là sự kết hợp hoàn chỉnh giữa đam mê, thế mạnh và nhu cầu thị trường, nó cũng là chìa khóa mở cánh cửa cho một sự nghiệp đầy ý nghĩa và hạnh phúc.

Để giúp bạn dễ dàng xác định được điểm ngọt nghề nghiệp hãy lần lượt trả lời ba câu hỏi sau:

- Thứ nhất: Đam mê của bạn là gì? Điều gì khiến bạn thích thú?

- Thứ hai: Thế mạnh của bạn là gì? Bạn cần phải trang bị những kỹ năng và kiến thức gì để tỏa sáng trong lĩnh vực này?

- Thứ ba, hãy đặt mình vào vị trí thực tế và hỏi: Liệu thị trường lao động có nhu cầu về công việc mà bạn mong muốn không?

Nếu chưa biết, hãy tìm đến ý kiến chuyên gia hay các nguồn tin đáng tin cậy như tôi đã nhắc đến ở bước 2.2.

Khi bạn xoay quanh giữa ba vòng tròn này, bạn sẽ phát hiện ra điểm ngọt ngào và hấp dẫn nhất, chính là nơi lập nghiệp mà bạn nên bước chân vào.

Ảnh: Minh họa Điểm ngọt nghề nghiệp

Và lần lượt ba câu hỏi trên sẽ được giải đáp qua bài test nghề SKALE Best Choice, và các trang web liên quan mà tôi đã kể cho bạn ở phần trước. Nếu bạn đã quên thì cũng đừng lo vì nội dung này rất quan trọng, nên ở cuối sách tôi sẽ nhắc lại.

# Bước #3 – Lộ trình phát triển

## Chọn trường, xây năng lực

Nếu bạn đã xác định được điểm ngọt nghề nghiệp của mình rồi, thì bước tiếp theo thật dễ dàng. Chúng ta sẽ tìm kiếm các trường đào tạo nghề uy tín, với các chương trình học đạt chuẩn, kết hợp giữa học lý thuyết và thực hành.

Đây là một lộ trình học tập kết hợp đào tạo tại chỗ được trả lương và học tập chính thức với tổ chức đào tạo đã đăng ký. Đó là một cách tuyệt vời để sở hữu bằng cấp quốc tế được công nhận.

Bạn muốn có thu nhập ngay trong khi học?

Với tư cách là thực tập sinh, bạn sẽ không chỉ được trang bị các kỹ năng thực tế, mà còn có thể hoàn thành hành trình học tập cao hơn với nền giáo dục chính quy.

Sự kết hợp mạnh mẽ giữa kinh nghiệm, lý thuyết và thực hành này được các nhà tuyển dụng ở nhiều ngành nghề đánh giá cao.

Bạn có biết Chính phủ Úc thậm chí có thể cung cấp cho bạn nguồn tài trợ và tạo điều kiện tối ưu để bạn trang trải các chi phí phát sinh trong khi học tập?

Có hơn 500 ngành nghề cung cấp lộ trình học nghề và thực tập, từ cấp độ Chứng chỉ II đến Chứng chỉ nâng cao, bao gồm các ngành nghề truyền thống và một số ngành nghề mới nổi trong hầu hết các lĩnh vực kinh doanh và công nghiệp khác.

Ngân chỉ là một ví dụ điển hình mà tôi chia sẻ trong cuốn sách này. Lời khuyên thành thật của tôi là bạn hãy bắt đầu từ việc nghiêm túc làm bài kiểm tra về định hướng nghề nghiệp. Bạn có thể có thiên hướng và sở thích về sửa chữa, về kỹ thuật, máy móc hay các ngành nghề truyền thống như xây dựng,...

Lúc này, chúng ta sẽ cùng ngồi lại và phác thảo một lộ trình rõ ràng, phù hợp với bạn. Đồng thời, chúng ta cũng lắng nghe tiếng nói của thị trường lao động, liệu rằng 2 đến 3 năm sau khi bạn ra trường, nghề nghiệp đó có còn khiến bạn thích thú? Có còn nhiều cơ hội tìm kiếm việc làm thu nhập cao hay không?

Nhưng bạn cũng hãy nhớ rằng, tất cả bắt đầu bằng việc lắng nghe tiếng nói của con tim, bạn nhé.

Bạn đừng vội nghe theo lời khuyên hay suy nghĩ áp đặt từ người khác. Chọn kỹ năng nghề đúng, là chọn đường dài 20 – 30 năm bền vững và đỡ chông gai hơn việc mò mẫm, mất định hướng và tốn nhiều thời gian để sai và sửa.

Tất nhiên, tôi không phản đối việc tuổi trẻ là có sai, có vấp ngã và rồi sửa sai rồi đứng lên, vì chúng ta có thể học dần từ thực tế. Tuy nhiên, bạn và tôi sẽ đồng ý với nhau là: thời gian và nguồn lực trong cuộc sống là có hạn.

Điều gì sẽ xảy ra nếu như cuộc đời chỉ cho ta có 10 cơ hội để leo núi, mà hết 6 – 7 lần khi lên đến đỉnh, ta phát hiện ra đích đến này không phải là điều mình muốn?

"Ừ, thì leo lại chứ sao?"

Đồng ý! Tôi thích góc nhìn lạc quan của bạn.

Tuy nhiên, liệu bạn có đủ sức và đủ tâm huyết để leo hết núi này tới núi khác, mà vẫn mông lung, mãi chưa thấy đích đến thực sự của mình hay không?

Tôi nghĩ một cuộc sống thú vị, là có một công việc giúp ta có thể hoàn thành những trách nhiệm với bản thân, với gia đình, và với xã hội. Từ đó giúp chúng ta có sự tự do và hạnh phúc lâu dài, thong dong và an nhiên để vun vén cho những khía cạnh khác của cuộc sống: như tình yêu, hôn nhân, khám phá, cộng đồng,... chứ không phải dành toàn bộ cuộc đời để thử làm hết thứ này tới thứ khác mà cuối cùng cũng không có thứ nào trọn vẹn.

## Nước cờ thông minh

Theo một khảo sát về Thu nhập và Giờ làm việc của Người lao động từ ABS[15] tháng 5 năm 2021, nhóm công việc về Tiếp thị quảng cáo sẽ có mức lương trung bình/tuần là 1,758 đô Úc, tương đương với 112 triệu/tháng và 1,35 tỷ/năm. Mức lương này[16] cao hơn 40,6% so với mức lương trung bình của tất cả các ngành khác tại Úc.

Lưu ý là các con số này chỉ mang tính chất tham khảo, vì chúng không tính đến số năm kinh nghiệm hoặc các yếu tố khác có thể ảnh hưởng đến mức lương của một người. Nhưng rõ ràng với những dữ liệu này, gia đình Ngân có thể đầu tư thêm từ 1 đến 1,5 năm nữa cho cô bạn học thêm bằng cao đẳng hoặc đại học chuyên ngành Marketing. Trong thời gian đó, Ngân hoàn toàn có thể đã đi làm, tự trang trải cuộc sống và hoàn toàn tự lập.

Hãy tưởng tượng việc du học nghề giống như bạn đang chạy tiếp sức từng chặng thay vì chạy đường trường như du học đại học.

---

15    Cục Thống kê Úc (Australian Bureau of Statistics)

16    Đây là mức lương trước thuế trung bình của những người làm toàn thời gian với vị trí không phải quản lý, đã bao gồm cả số tiền được đóng góp từ lương. Khảo sát này loại bỏ những người nhận lương ở mức cao hoặc thấp không bình thường (ví dụ như quản lý, nhân viên làm việc bán thời gian và thanh thiếu niên). Điều này giúp so sánh giữa các nghề nghiệp một cách chính xác hơn.

Nếu chọn du học đại học, bạn có thể phải bỏ tiền bằng cả căn nhà 4 – 5 tỷ. Thử làm một phép tính nhanh, với mức chi phí học tập và sinh hoạt phí tối thiểu 30 ngàn đô/năm, khoảng 240 ngàn đô cho bốn năm học. Trong khi những gia đình chọn hướng đi này với tâm trạng "chấp nhận rủi ro cao để có hi vọng cao", thì có những gia đình đơn giản là lựa chọn du học nghề và mở rộng kiến thức sau đó.

Nếu ta nhìn sâu vào con số, chi phí cho việc học nghề và các chương trình học thêm chỉ chiếm khoảng 30% – 50% so với chi phí mà một sinh viên đại học phải bỏ ra. Điều này không chỉ là một lợi thế về chi phí, mà còn là một sự khôn ngoan về thời gian. Học nghề cho phép bạn bắt đầu sớm, nắm bắt cơ hội nhanh chóng, trong khi vẫn giữ được sự linh hoạt để phát triển kiến thức thêm nếu bạn cảm thấy cần thiết.

Điều quan trọng nhất không phải chỉ là việc chi trả ít hơn, mà là bạn không phải đối mặt với áp lực lớn một lần duy nhất, ngay tại thời điểm bắt đầu – tuổi 18, vốn dĩ chứa đựng nhiều thay đổi, bất ngờ và thử thách.

Một sinh viên đại học có thể phải đối mặt với áp lực tài chính và lựa chọn "đóng băng", mang tính truyền thống, kém linh hoạt. Trong khi đó, người học nghề có thể có một hành trình linh hoạt hơn, tăng cường kỹ năng khi cần và có khả năng thích ứng nhanh chóng với thị trường lao động.

Một nước cờ thông minh!

Giờ tới lượt bạn, hãy thử trả lời những câu hỏi sau đây để lập ra một lộ trình cho mình nhé:

## 1) Đam mê và Sở Thích

Bạn thích nhất điều gì? Lĩnh vực nào khiến bạn hồi hộp và hạnh phúc?

Có điều gì khiến bạn cảm thấy thú vị và đam mê?

Đây là điểm xuất phát quan trọng để định hướng nghề.

## 2) Thế mạnh

Thế mạnh của bạn là gì?

Bạn có khả năng đặc biệt trong một lĩnh vực nào đó? Ví dụ: Toán, Văn, Tiếng Anh, Thể thao, Nghệ thuật?

Bạn học giỏi nhất môn nào? Bạn có thể ghi chép và xem xét kết quả học tập của mình để xác định lĩnh vực bạn xuất sắc nhất.

Nếu bạn học giỏi một môn cụ thể, liệu bạn có quan tâm đến các ngành liên quan không?

Ví dụ: Nếu bạn xuất sắc trong toán, bạn đã xem xét các ngành như phân tích dữ liệu, lập trình, hoặc khoa học máy tính chưa?

## 3) Lộ Trình Học Nghề

Bạn đã nghĩ đến việc học nghề nào chưa? Có những ngành nghề nào đang thu hút bạn?

Nếu bạn muốn kiếm tiền trong khi học, thì sự kết hợp giữa học và làm việc có thể là lựa chọn tốt.

Hãy nhớ rằng, quá trình xác định nghề đôi khi cũng giống một cuộc phiêu lưu, và quan trọng nhất là lắng nghe tiếng nói của con tim. Hãy tìm ra lựa chọn mà bạn cảm thấy thoải mái và hứng thú. Bạn là người quyết định cho chính mình, và hãy nhớ rằng mỗi hành trình đều đáng để trải qua.

Chúc bạn tìm thấy lối đi đúng đắn và phù hợp nhất!

Mà bạn có cảm thấy gặp khó khăn trong quá trình trả lời các câu hỏi trên hay không, nếu có thì cũng đừng quá lo lắng.

Bạn có thể tìm thấy những gợi ý chi tiết hơn ở cuối sách. Vậy là bạn đã nắm rõ những điều cần thực hiện trong bước đầu tiên rất quan trọng để bắt đầu hành trình này, chúng ta hãy cùng điểm lại nhé.

**Bước #1 Làm bài test & đọc kết quả**

Ở bước này bạn thực hiện bài test SKALE Best Choice, và sau đó bạn cân nhắc mong đợi của gia đình. Từ đó, lựa chọn nhóm 1 – 2 phù hợp với sở thích và tính cách.

**Bước #2 Xây bản đồ nghề**

Gồm 3 bước nhỏ

2.1. Tìm kiếm và khớp ngành có nhu cầu tuyển dụng cao tại Úc và các bang tại Úc: Xác định nhóm ngành sau 2 – 3 năm ra trường có nhu cầu cao và mức lương tốt.

2.2. Đánh giá và cân nhắc: So sánh giữa nghề mơ ước, khả năng tiếng Anh và lợi ích về visa, cùng với khả năng cạnh tranh trong thị trường lao động.

2.3. Chọn nghề phù hợp nhất – điểm ngọt nghề nghiệp. Đó là sự kết hợp hoàn chỉnh giữa đam mê, thế mạnh và nhu cầu thị trường.

**Bước #3 Vạch ra lộ trình phát triển**

Ở bước này bạn nên chọn bắt đầu học nghề gì, để rồi từ đó bạn thiết kế học lên cao hơn.

Con đường phía trước đã trở nên sáng rõ hơn nhiều rồi. Thật là tuyệt vời phải không?

# LỜI CHIA TAY

**Cám ơn bạn vì đã lựa chọn cuốn sách, và đặc biệt là đã đọc tới đây...**

Bạn có tin vào luật hấp dẫn không?

Tôi thì rất tin đấy.

## Luật hấp dẫn

Đôi khi nhìn lại, tôi thấy mình đã trải qua một hành trình không tưởng. Từ những ngày làm bồi bàn chân chạy đến 16 tiếng một ngày bên Singapore. Có lúc, suýt bị Lão Đại sút về Việt Nam vì sự thiếu kiên nhẫn và sự thiếu hiểu biết...

Nhưng bạn biết không, chính trong những thời điểm khó khăn ấy, tôi đã tự hỏi: "Liệu có một con đường nào khác không?"

Tôi đã đặt ra câu hỏi này cho chính mình, và đó đã là bước nhỏ đầu tiên đã tạo ra hành trình thay đổi lớn trong tôi. Tôi đã học cách tin vào một đích đến tươi sáng hơn, tốt đẹp, đàng hoàng hơn.

Tôi tin vào luật hấp dẫn của cuộc sống: Không ngừng đặt câu hỏi và không ngừng tin vào đích đến tươi sáng, chắc chắn câu trả lời sẽ đến. Đó chính là bí quyết áp dụng luật hấp dẫn để tạo ra sự thay đổi.

Nỗ lực không ngừng nghỉ và tập trung vào đích đến của mình. Đó là điều đã giúp rất nhiều người thành công và giúp cả tôi nữa, từ một người phải làm việc vất vả để kiếm sống, trở thành người có khả năng giúp đỡ nhiều gia đình và bạn trẻ tìm được đúng con đường cho mình như hôm nay. Đó là điều khiến tôi tự hào nhất.

Và tôi tin rằng luật này cũng đang hoạt động với bạn, khi bạn biết đến cuốn sách này, chứng tỏ đâu đó trước đây bạn có công gieo trồng, hun đúc ước mơ đó mỗi ngày. Tôi biết nhiều gia đình đã có ước mơ này từ khi con học lớp 10 hoặc có khi còn sớm hơn, thậm chí gần 40 năm, trải qua 3 thế hệ như câu chuyện của Trâm.

Và đây có thể là thời điểm vàng mà cuốn sách này sẽ giúp bạn.

Bạn đã miệt mài học tiếng Anh, rèn luyện tiếng Anh IELTS hay PTE?

Bạn đã tìm hiểu rất nhiều chương trình từ Úc đến Mỹ?

Bạn đã trải qua rất nhiều khó khăn, thử thách và ngăn cản, thậm chí đến từ những người thân nhất trong gia đình vì lo ngại không đủ tiền cho bạn đi học?

Dù thế nào, bạn đã không từ bỏ, và giờ bạn đã tìm thấy cuốn sách này... mà lại còn đọc tới cuối nữa!!!

Thế nên tôi tin rằng: Luật hấp dẫn đang hoạt động với bạn đấy!

**Trước khi chia tay với một món quà cảm hứng, hãy cùng tổng kết lại...**

# Cùng tổng kết lại

**Ở phần I**, bạn đã biết rằng niềm tin cũ về chi phí du học đắt đỏ đã khiến nhiều gia đình phải từ bỏ ước mơ cho con học tập ở nước ngoài. Thông qua câu chuyện về bước đi sai lầm của tôi, cũng như câu chuyện về Trâm, về Ngân, và về gia đình họ, tôi tin rằng bạn đã thấy được rào cản tâm lý này đã khiến chúng ta đưa ra những quyết định vội vã. Tất cả đều bắt nguồn từ việc thiếu thông tin.

**Ở phần II**, bạn đã được khám phá chi tiết về một con đường mới đầy hứa hẹn là du học nghề. Với chi phí hợp lý, thủ tục đơn giản, cơ hội việc làm cao sau tốt nghiệp, đây có thể là lựa chọn lý tưởng cho nhiều gia đình Việt. Tất nhiên không có gì là hoàn hảo cả, bạn cũng đã nắm được cả ưu điểm lẫn nhược điểm của con đường này. Song nếu biết cách, chúng ta luôn có thể biến điểm yếu thành lợi thế.

**Tới phần III**, bạn đã được hướng dẫn các bước cụ thể để xác định ngành nghề phù hợp với bản thân thông qua bài test năng lực và xu hướng nghề nghiệp. Từ đó, bạn đã biết cách lựa chọn được ngôi trường phù hợp và vạch ra lộ trình cho tương lai. Những bước này giúp bạn chuẩn bị tốt nhất cho hành trình du học sắp tới...

**Chúng ta có thể đã thảo luận rất nhiều, nhưng đây là điều mà tôi muốn gửi gắm tới bạn nhất là:**

Cuộc sống có thể luôn biến động với những hoàn cảnh không như ý khiến bạn cảm thấy bất lực, cảm thấy mình không thể làm gì khác. Nhưng thật ra bạn luôn có quyền lựa chọn, và thay đổi bản thân. Đôi khi, đặt ra câu hỏi và không ngừng tin vào mục tiêu của bạn có thể là chìa khóa mở cánh cửa dẫn tới đích đến tươi sáng hơn.

Có một điều mà tôi rất tâm đắc, đó là chỉ hành động mới tạo ra kết quả.

Nếu ngày đó, tôi đã không hành động thì có lẽ bây giờ tôi vẫn đang lang thang đâu đó ở một quán karaoke gia đình khác... Và có thể gặp một Lão Đại "cỡ bự" hơn, sở hữu đôi chân to tới mức có thể sút tôi về Việt Nam thật.

Thế nên...

Nếu bạn muốn thực hiện được ước mơ du học dù nhà không có nhiều điều kiện...

Nếu bạn muốn ước mơ ấy không bị vùi dập bởi những năm tháng trì hoãn...

Nếu bạn muốn tìm kiếm được ngành nghề phù hợp, học tập và làm việc trong môi trường quốc tế...

Và nếu bạn muốn có thu nhập tốt gấp 5 đến 8 lần so với ở Việt Nam.

Thì bây giờ là lúc để hành động!

**Và đây là điều đơn giản, bạn có thể làm....**

Hãy làm bài test nghề nghiệp SKALE Best Choice, mà tôi đã chia sẻ với bạn để biết rõ nhất ngành nghề mình yêu thích, sau đó dần tìm hiểu về các nghề được gợi ý nhé.

# Câu chuyện Pando lạc hướng

Chuyện kể về một chú gấu Pando, sống trong một khu rừng xanh tươi và rậm rạp như mê cung. Đường đi trong rừng phức tạp tới mức chỉ những chú gấu biết trèo cây như khỉ thì mới không bị lạc.

Thực ra, Pando là một chú gấu trúc, nhưng được nuôi trong bầy gấu thường, nên cậu không nghĩ mình có thể trèo cây. Do hay mò mẫm dưới mặt đất, nên cậu luôn bị lạc đường.

"Ôi," Pando than thở "Khu rừng này thật là rắc rối!"

Trong khu rừng có một vị thần vui vẻ tên là Fuzz, với khả năng biến hóa tuyệt diệu. Hôm nay, ông quyết định biến thành một chú thỏ lông xanh để đi dạo và ông đã tình cờ nhìn thấy Pando.

Nhìn chú gấu loay hoay, khiến ông cảm thấy buồn cười và tự hỏi, "Tại sao lại có một con gấu trúc không leo cành trúc, mà lại đi bộ thế kia?"

Ông quyết định giúp Pando.

"Pando!" ông gọi, và nở nụ cười tươi trên môi. "Sao cậu không thử trèo lên cây?"

"Dạ," Pando đáp. "Nhưng mà tôi đâu phải gấu trúc, làm sao tôi có thể trèo cây?"

Với tài phép của mình, Fuzz đã nhìn thấu cuộc đời của Pando và biết cậu hoàn toàn có thể. Ngài động viên, "Nếu không thử thì làm sao mà biết được."

Với sự khích lệ của Fuzz, Pando tìm tới một cái cây gần nhất và bắt đầu leo lên. Trong khi leo, chú gấu trúc cảm thấy tim mình đập nhanh hơn bình thường và đôi tay bắt đầu mỏi rã rời. Cảm giác sợ ngã không ngừng nảy sinh trong đầu Pando.

Nhưng tiếng động viên của Fuzz ở dưới khiến, Pando quyết tâm trèo lên cao hết mức. Càng trèo và tận hưởng làn gió mát lành, cậu càng cảm thấy dễ dàng, cứ như thể mình sinh ra để trèo cây vậy. Khi lên tới ngọn, mọi nỗi sợ hãi đều tan biến, và thay vào đó là cảm giác tuyệt vời mà cậu chưa bao giờ có.

Từ trên cao, Pando nhìn xuống và thấy rõ hơn con đường phía trước. Ánh sáng mặt trời sáng tỏ chiếu rọi khắp khu rừng, mọi thứ trở nên rõ ràng và tươi đẹp hơn bao giờ hết.

"Aha!" Pando hét lên vui mừng. "Tôi biết tôi cần đi hướng nào rồi!"

"Chúc mừng Pando," thần Fuzz mỉm cười và nói. "Đôi khi gặp rắc rối, không biết đi đường nào, thì cách tốt nhất là phải leo lên cao để có cái nhìn bao quát. Dù có sợ ngã, nhưng đôi khi ta phải thử mạo hiểm để tìm ra lựa chọn đúng đắn."

Pando gật gù, cậu nhớ mãi trải nghiệm này trong tim, và thầm hứa rằng từ nay mình sẽ dũng cảm hơn để có thể tìm được những lựa chọn đúng đắn.

Đó là Pando, còn bạn. Bạn nhận ra điều gì?

Tôi thấy có ba bài học quan trọng từ câu chuyện vừa rồi:

Một là, dù có sợ hãi, hãy cứ nắm bắt cơ hội. Pando rõ ràng chưa trèo cây bao giờ, và có nỗi sợ trong mình, nhưng cuối cùng thì vẫn làm, và đã nhìn ra con đường mới phù hợp hơn với mình. Cậu đã nắm bắt cơ hội ngay khi nó xuất hiện. Đôi khi chính nỗi sợ lại là một cơ hội để chúng ta vượt qua giới hạn của bản thân và tìm ra tiềm năng đích thực của mình.

Hai là, nếu bạn cứ ở mãi trong rừng rậm, cứ đi theo những **lối mòn cũ kỹ** thì bạn sẽ chỉ nhìn thấy **đích đến cũ** mà thôi. Còn bây giờ nếu bạn nhìn một cách tổng quan hơn, tìm hiểu thêm thông tin thì bạn sẽ sớm thấy được con đường mới của mình.

Ba là, trên con đường dẫn đến bất cứ mục tiêu nào, khó có ai có thể thành công một mình. Chúng ta luôn cần những người chỉ dẫn nhiệt tâm, không chỉ giúp mình có tấm bản đồ đúng đắn, mà còn động viên kịp thời để giúp ta vượt qua những khoảnh khắc nản chí nhất.

# Khi nỗ lực được đền đáp

"Con đậu visa du học rồi, mẹ ơi!"

Trâm đã hét lên sung sướng vào chiếc điện thoại. Đôi tay cô run run, như thể không tin vào những gì đang diễn ra.

Thế mà mới trước đó mấy tuần thôi. Mẹ Trâm còn gạt phắt ý định cho con đi du học.

Người mẹ giáo viên một tay lo kinh tế gia đình, không dám tin vào ước mơ viển vông ấy. "Lương giáo viên cấp hai thì làm sao dám mơ cho con đi du học?"

Đó là suy nghĩ đã nhiều lần khiến mẹ gạt phắt đi ước mơ du học của Trâm.

Nhưng cuối cùng, vào ngày 25 tháng 10 năm 2023, Trâm đã cầm trên tay visa nhập học một trường cao đẳng nghề tại Úc.

Còn Ngân thì sao?

"Em đạt IELTS 6.0 rồi chị ơi!" Ngân thốt lên với tôi qua điện thoại.

Thật tuyệt vời, sau thời gian ôn luyện tiếng Anh, ngày 1 tháng 12 năm 2023, Ngân đã hoàn thành chứng chỉ mơ ước, và vượt mức chuẩn đầu vào của trường. Cô bạn nhận ngay thư mời nhập học cho kỳ mùa xuân vào tháng 1 năm 2024. Ngân cũng đang được tôi và cộng sự của mình hỗ trợ hết sức trong công tác chuẩn bị hồ sơ, viết bài luận GTE và nộp visa để đến học tại bang Queensland.

# Bầu trời vẫy gọi

Ngày 8 tháng 11 năm 2023, cả nhà Trâm từ Bình Định vô, còn họ hàng thì từ Gia Lai xuống Sài Gòn, hớn hở đi từ sáng tinh mơ, để có mặt ở sân bay kịp giờ.

"Ước mơ gần 40 năm của bà đã thành hiện thực!" bà ngoại Trâm nói. "Bà mong từ thời mẹ Trâm, dì Liên. Bà chờ lâu, giờ đến Trâm, thì thành hiện thực rồi!"

Suốt hơn 2 tiếng đồng hồ trước giờ bay của Trâm, cả nhà hơn 15 thành viên ai cũng hớn hở, cười ngoác tới cả mang tai khi chụp hình check–in. Ai cũng không kìm được niềm vui sướng và sự tự hào vì nhìn thấy cô cháu gái đầu tiên trong dòng họ, thực hiện được ước mơ đi du học.

Trong khi mọi người mặt mũi tươi rói, vẫy tay tiễn Trâm bước vào cổng đi, thì có một người lặng lẽ đứng nhìn theo.

Đó là Kin – cậu em nhỏ 9 tuổi của cô bé. Ánh mắt cậu long lanh ngập nước, chỉ chực trào lên khi thấy chị Hai khuất bóng.

Nhìn từng bước đi mạnh mẽ của Trâm, tôi tin rằng, cô bé sẽ trở thành hình mẫu lý tưởng, là nguồn động lực không chỉ cho Kin nuôi dưỡng ước mơ, mà còn thúc đẩy khát khao bay cao bay xa của rất nhiều các bạn trẻ ở Việt Nam sau này.

Tôi nhìn Trâm mà nhớ mãi khoảnh khắc mới diễn ra chỉ cách đó 2 tuần...

"Ôi! Em làm được rồi!"

Trâm thốt lên, vỡ òa trong âm sắc Bình Định chân chất khi nhận được thông báo đậu visa.

Tôi nhìn thấy trên khuôn mặt ngây thơ ấy hình ảnh của chính mình hơn 14 năm về trước, trong bầu trời mưa tháng 7.

Lúc ấy, tôi mới thi đại học xong, và đang hồi hộp tra điểm thi ở quán net. Mẹ cũng đã lo lắng gượng chạy đi tìm tôi, dù bà còn rất mệt sau ca phẫu thuật thận cách đó mấy hôm.

"Mẹ ơi!" tôi reo lên. "Con làm được rồi!"

Ánh mắt lo âu của mẹ đã tan biến, nhường chỗ cho vẻ vui tươi, đầy tự hào.

Dù đó là một đêm mây mù, nhưng cái tin tôi đậu đại học như đã mở ra một bầu trời bao la, nơi một thế giới hoàn toàn mới đang vẫy gọi. Tôi thấy mình bước ra khỏi lũy tre làng, tới một thành phố rộng lớn hơn, được học hỏi đàng hoàng là ước mơ của không chỉ riêng tôi.

Sau đó, tôi đã không thể tin nổi, mình đã đi qua một chặng đường dài với biết bao thăng trầm. Cất cánh từ một thực tập sinh ở tập đoàn đa quốc gia, hạ cánh thành một nhân viên quèn ở quán karaoke gia đình. Tôi đã tưởng như không thể ngóc đầu lên nổi, nhưng sau đó lại tìm ra được lối đi cho riêng mình, và quay trở lại những đất nước tiên tiến với vai trò mới, một người chắp cánh cho những ước mơ du học nước ngoài của con em rất nhiều gia đình.

Tôi tin rằng ước mơ đó là của tất cả các bậc cha mẹ, muốn con mình như những cánh chim được thỏa sức vùng vẫy, được trải nghiệm chân trời mới.

Người ta nói nơi nào có ý chí nơi đó có con đường. Sau những trải nghiệm của bản thân, tôi nhận ra:

**Khi con đường trong tâm trí rộng mở, thì mọi rào cản bên ngoài đều có thể vượt qua.**

Chính vì thế, đừng bao giờ để những suy nghĩ hạn chế về tiền bạc bóp nghẹt những ước mơ tốt đẹp. Vì chính những ước mơ, là chìa khóa mở ra con đường.

Khi chúng ta bước đi với một tâm trí cởi mở, với sự tự tin vào kiến thức, thì sẽ có rất nhiều bạn trẻ như Trâm, như tôi thực hiện được ước mơ của mình. Sẽ có rất nhiều gia đình như mẹ Trâm, mẹ tôi có thể cùng con thực hiện ước mơ này.

Tôi luôn tâm niệm: Ba mẹ rồi sẽ già, một ngày rồi sẽ xa ta, và có thể họ sẽ không còn kịp ở lại trên cõi đời này để chứng kiến bạn thành công. Nhưng hãy nhớ, nếu bạn thực hiện được ước mơ của mình và bạn hạnh phúc, họ cũng sẽ hạnh phúc.

*"Con hạnh phúc, mẹ sẽ hạnh phúc."*

Tôi nhìn lên bầu trời, dường như thấy mẹ đang vẫy tay, và thầm nói với tôi như vậy. Nụ cười của bà sẽ mãi mãi ở trong trái tim tôi.

# MÓN QUÀ TẶNG BẠN

Xin chúc mừng bạn!

Khi đã đọc đến đây, tôi tin rằng bạn đã biết được điều tuyệt vời mà nhiều người ngoài kia có thể không biết, khiến họ lãng phí thời gian, tiền bạc trên con đường hiện thực hóa ước mơ du học.

Nhưng có thể là bạn sẽ gặp một vài khó khăn mà trong khuôn khổ cuốn sách này tôi vẫn chưa giải quyết được, như là:

- Cách chọn trường phù hợp với năng lực và định hướng nghề nghiệp của mình sao cho hiệu quả.

- Làm sao để chuẩn bị hồ sơ du học với tỷ lệ đạt visa cao nhất?

- Cách giải quyết vấn đề về chứng minh tài chính khi du học thì sao?

- Lộ trình cụ thể và các vấn đề khác sau khi sang nước ngoài?

Và còn nhiều vấn đề khác mà tùy vào hoàn cảnh cụ thể của từng người, mà giải pháp cho các vấn đề trên sẽ có nhiều sự khác biệt chi tiết. Tuy thế, bạn đừng lo, tôi luôn sẵn sàng giúp đỡ bạn.

Vậy thì, đừng ngần ngại quét mã QR dưới đây để nhận những món quà như đã hứa, kết nối với tôi và được cập nhật các thông tin mới nhất cất cánh cho ước mơ ra nước ngoài, bạn nhé!

**Danh sách quà tặng, bao gồm:**

Quà tặng số 1: Cộng đồng | Nhósm Zalo: HOT: Học ở Tây với Phí Rất Ta.

Quà tặng số 2: Lựa chọn nghề phù hợp qua test SKALE Best Choice.

Quà tặng số 3: Mẫu GTE bài luận tăng tỷ lệ đậu VISA học nghề lên 97%.

Quà tặng số 4: Clip hướng dẫn tìm và khớp ngành từ trang web Ủy ban Kỹ năng Quốc gia (NSC) & Bộ di trú Úc.

Quà tặng số 5: Danh sách việc làm đang tuyển theo diện tay nghề do doanh nghiệp Úc bảo trợ.

Huyền LD - Nguyễn Thị Thanh Huyền
(Đã ký từ một sân bay với nụ cười toe toét trên môi)
Chuyển đi / Departures 05:57
ĐI
Departure
D.1
0933.33.99.88

gaing pham

★ ★ ★ ★ ★  24 tháng 2, 2024

Sách cung cấp nhiều thông tin hữu ích liên quan đến chọn ngành học, chọn nghề và định hướng du học cho các bạn trẻ. Rất phù hợp với đối tượng đọc là các bậc phụ huynh và các bạn học sinh sắp tốt nghiệp cấp 3.

DUC TOAN Ly

★ ★ ★ ★ ★  4 tháng 3, 2024

Sách viết rất lôi cuốn nhờ vào những trải nghiệm thực tế của tác giả. Thực sự là đọc đến vài chục trang tôi mới nhận ra đây là một tài liệu quảng cáo. Tuy vậy tôi vẫn đọc cho đến trang cuối cùng. Với lối kể chuyện chân thực, đan xen giữa trải nghiệm cá nhân của tác giả trong quá khứ và những bài học kinh nghiệm, sách là một sự kết hợp tài tình giữa Cho - truyền kinh nghiệm, cảm hứng cũng như góc nhìn đa chiều về du học, với Nhận - cái cảm thông điệp quảng cáo dịch vụ tư vấn du học nghề. Hay !

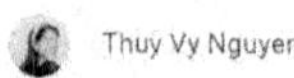

Thuy Vy Nguyen

★ ★ ★ ★ ★  15 tháng 1, 2024

Mình đã ngấu nghiến một mạch gần 200 trang sách trong một buổi chiều. Mình vẫn đang follow các bạn du học sinh và mong sẽ có một tuổi trẻ rực rỡ như thế nhưng dường như đó chỉ là một tấm gương bị phủ mờ bởi tài chính chẳng dư dả mà học lực cũng tầm xoàng. Chuyện của chị Huyền, của Trâm đã thắp lại hy vọng và niềm tin cho ước mơ du học trong mình. Rõ ràng và khả thi là 2 tính cô đọng mình nhận thấy sau khi đọc xong sách. Ồ hóa ra vẫn có một con đường khác, Trâm có thể, và mình hoàn toàn có thể.

Chau Nguyen

⭐⭐⭐⭐⭐ 15 tháng 4, 2024

Đọc xong cuốn sách tôi nghiệm ra rất nhiều điều cần chia sẻ cho các bạn trẻ ngoài xã hội hay có thể định hướng cho con cháu trong gia đình tôi để các cháu có thể du học với một chi phí vừa tầm của gia đình mình. Điều quan trọng hơn hết là cuốn sách đã trả lời cho câu hỏi của nhiều phụ huynh bây lâu nay là nhiều gia đình phải bán nhà, bán đất hàng tỉ để đầu tư cho con đi du học. Sau 4, 5 năm du học thì nhà đất có khi lên gấp nhiều lần. Trong khi đứa con không tìm được việc tại nước con đang du học mà phải quy về Việt Nam làm việc với mức lương thấp, không biết bao giờ hoàn vốn đầu tư. Có trường hợp các con phải làm việc trái với ngành được đào tạo lúc du học. Điều đó làm gánh nặng tài chính cho gia đình và vô tình gây áp lực tinh thần cho cả cha mẹ và đứa con đi du học. Ngoài ra, độc giả còn được cung cấp nhiều thông tin, thống kê bổ ích để mình có thể hình dung cơ hội nghề nghiệp và tiềm năng thu nhập của con mình khi du học nghề tại ÚC từ đó có thể định hướng cho con mình du học nghề tại các nước phát triển khác. Tôi cảm thấy rất quý bản lĩnh và tấm lòng của tác giả, từ sự vấp ngã của bản thân khi chọn sai con đường du học, đã đứng lên mạnh mẽ và chia sẻ những kinh nghiệm, con đường cho các phụ huynh cho con mình du học với một mức chi phí vừa khả năng kinh tế gia đình lại an toàn cho tương lai nghề nghiệp của các con. _ Nguyễn Vũ Châu _

Liệu Huy

⭐⭐⭐⭐⭐ 15 tháng 1, 2024

Sự hấp dẫn trong phần ký, không chỉ là cách kể dí dỏm về các nhân vật, mà còn ở cách diễn đạt hài hước, các dùng từ ngữ, hình ảnh táo bạo, mới mẻ. Ngay cái tiêu đề tác phẩm đã khá vui, gây ấn tượng mạnh khi tác giả, chiết tự, chơi chữ trong đó. "Học ở Tây với phí rất Ta". Còn cách dùng từ thật ngộ nghĩnh:Từ "bắn" trong "bắn tiếng Anh như gió"(Tr17), từ "nhoay nhoáy" trong "làm việc nhoay nhoáy với Excel" (Tr15). Từ "sút" trong "chắc được sút ngay về nước" (Tr35). Từ "ngọt" trong "điểm ngọt nghề nghiệp" (Tr148)...Cách miêu tả bằng hình ảnh cũng vậy. Hình ảnh về cái bụng chủ quán karaoke: "Cái bụng bia của ông như cũng rung lên cùng tiếng thét...". Hình ảnh dáng dấp ông Tây Viktor: " to như voi...sở hữu dáng ngồi thẳng như cột điện" (Tr14). " giọng mũi ồm ồm đặc trưng của một cỗ xe tăng Đức" (Tr15). Tả cô bạn Trần chỉ vài nét cũng lộ ra hình ảnh ngộ nghĩnh: " Trần học Bách khoa, trông rất ngầu, với đôi guốc cao một tấc, đã nâng chiều cao bạn ấy lên 1,55m). Chỉ một vài dòng, dưới ngòi bút của tác giả, nhân vật "tôi" đã hiện rõ tính cách: " nhiều lần tôi bị gọi là "đồ máu lạnh" vì hay nói thẳng, đôi khi nói như tát nước vào mặt người khác, nhưng được cái hiệu quả công việc không giận dai" (Tr 15,16). Lần đầu tiên viết một tác phẩm Quảng cáo, nhưng tính văn chương đã in đậm. Tôi nghĩ tác giả sau này viết truyện, ký, tiểu thuyết chắc chắn sẽ rất thành công.

# HỌC Ở TÂY VỚI PHÍ RẤT TA

### Bí mật hiện thực hóa ước mơ du học mà không mất cả căn nhà

**Huyền LD**


NHÀ XUẤT BẢN THẾ GIỚI

Trụ sở chính: Số 46. Trần Hưng Đạo, Hoàn Kiếm, Hà Nội

Tel: 0084.24.38253841

Chi nhánh: Số 7. Nguyễn Thị Minh Khai, Quận I, TP. Hồ Chí Minh

Tel: 0084.28.38220102

Email: thegioi@ thegioipublishers.vn

Website: www.thegioipublishers.vn


Chịu trách nhiệm xuất bản

GIÁM ĐỐC - TỔNG BIÊN TẬP

PHẠM TRẦN LONG


Biên tập: Vương Văn Huy

Thiết kế bìa & minh họa: Nguyễn Lâm Hà Giang

Trình bày: Nguyễn Thu Quyên

Sửa bản in: Nguyễn Thu Quyên


Liên kết xuất bản

## Công ty TNHH Nhà Sách Nam Anh

38/10/18 Bis Trần Khắc Chân, phường Tân Định, quận 1, Tp. Hồ Chí Minh

Tel: (84) 971 614 066

Email: namanh@nhasachnamanh.com

Website: www.nhasachnamanh.com


In 1.000 bản, khổ 14,5 cm x 20,5 cm tại Công ty TNHH MTV In Song Nguyên.
Địa chỉ: 931/10 Hương lộ 2, phường Bình Trị Đông A, quận Bình Tân, Tp. Hồ Chí Minh.
Số xác nhận ĐKXB: 1647-2024/CXBIPH/03-76/ThG.
Quyết định xuất bản số: 571/QĐ-ThG cấp ngày 22 tháng 05 năm 2024.
Mã ISBN: 978-604-365-477-6. In xong và nộp lưu chiểu năm 2024.